தபால்தலை சாதனையாளர்கள்
(பாகம் 2)

காமராஜ் மணி

தபால்தலை சாதனையாளர்கள் - பாகம் 2
காமராஜ் மணி ©

சுவாசம் பதிப்பகம்

Thabaalthalai saathanaiyaalargal - Part 2
by Kamaraj Mani ©

First edition: Dec 2024

ISBN: 978-81-982079-8-2
Title Number: Swasam 222

Published by:
Swasam Publications Private Limited,
52/2, Near B.S Mahal, Ponmar,
Chennai, Tamil Nadu – 600127
Email: swasam.publications@gmail.com

Printed by: Adyar Students Xerox, Chennai - 600 002.

To buy the book: Swasam Bookart – +91–8148066645
Website: https://www.swasambookart.com/

உள்ளே...

1

ஹஸ்ரத் மோஹானி

இந்தியாவைப் பிரித்த பின்னரே ஆங்கிலேயர்கள் நமக்குச் சுதந்திரம் கொடுத்திருந்தாலும், அவர்களுக்கு முன்பே இந்திய நாட்டை கிழக்கு பாகிஸ்தான், மேற்கு பாகிஸ்தான், மத்திய இந்தியா, தென்மேற்கு இந்தியா, தென்கிழக்கு இந்தியா என்று ஐந்து மாகாணங்களாகப் பிரித்து USSR (UNITED SOVIET SOCIALIST REPUBLIC) போல் இருந்தால் எப்படியிருக்கும் என்று 80 ஆண்டுகளுக்கு முன்னரே யோசித்து முன்மொழிந்தவர்தான் இந்த அஞ்சல் தலையில் இருக்கும் ஹஸ்ரத் மோஹானி.

உத்தரப் பிரதேச மாநிலம், லக்னோவில் 1875ம் ஆண்டு பிறந்த சயீத் ஃபசல் உல் ஹசன் என்ற இயற்பெயரைக் கொண்ட இவர் ஓர் உருது கவிஞர். பல்வேறு கஸல் பாடல்களை இயற்றியவர். இவருடைய மூதாதையர்கள் ஈரானிலிருந்து இந்தியாவிற்குப் புலம் பெயர்ந்தவர்கள்.

இந்திய விடுதலைப் போராட்ட வீரராகப் பல்வேறு போராட்டங்களிலும் பங்கேற்ற இவர், இந்திய கம்யூனிஸ்ட் கட்சியின் நிறுவனர்களில் ஒருவர் ஆவார். அப்போது அவர் உருவாக்கிய புகழ்பெற்ற கோஷம்தான், 'இன்குலாப் ஜிந்தாபாத்.' இந்தியப் பிரிவினையை எதிர்த்த ஹஸ்ரத் மோஹானி, பிரிவினைக்குப் பின் இஸ்லாமியர்கள் பாகிஸ்தானுக்கு இடம்பெயரக்கூடாது என்று வற்புறுத்தி உருது கவிதைகளை எழுதினார்.

வீடுவாசல் என்று எந்த வசதியும் இல்லாமல் எளிமையான இஸ்லாமியராக லக்னோ மசூதியிலேயே வாழ்ந்து 1951ம் ஆண்டு மறைந்தார், ஹஸ்ரத் மோஹானி.

2

ராணி ராஸ்மணி

வங்காளம் முழுவதும் தனது ஆளுகைக்குள் வந்ததும் ஆங்கிலேய அரசு ஒரு புதிய வரியை விதித்தது. கங்கை ஆற்றில் மீன் பிடிக்க வேண்டுமென்றால் மீனவர்கள் அரசிற்கு வரி செலுத்த வேண்டும்.

அதனைத்தொடர்ந்து மீனவ சமுதாயமே செய்வதறியாமல் திகைத்தது. மீனவர்களுக்கு மட்டுமின்றி பொதுமக்கள் அனைவருக்குமே அதனால் பாதிப்பு ஏற்படலாம் என்ற அச்சம் எழுந்தது. வானளாவிய அதிகாரம் படைத்த பிரிட்டிஷாரிடம் நேரிடையாக

மோதுவது என்பது இயலாத காரியம். அப்போது அந்த நிலப் பகுதியைச் சேர்ந்த ஜமீன்தாரினி பெண், பிரிட்டிஷாரிடம் கங்கையின் ஒரு சிறிய பகுதியைப் பெரிய தொகை கொடுத்து ஒப்பந்தம் செய்து குத்தகைக்கு எடுக்கிறார்.

சில நாட்களுக்குப்பின் கங்கை ஆற்றின் நடுவே இரும்புச் சங்கிலிகளைக் கட்டி வழிமறித்துவிடத் தனது சகாக்களுக்கு உத்தரவிட்டார், ஜமீன்தாரினி அம்மா. அந்த வழியே செல்லவேண்டிய பிரிட்டிஷாருக்குச் சொந்தமான கப்பல்கள் அனைத்தும் நின்றுவிட்டது. அரண்டு போனது ஆங்கிலேய அரசு.

சங்கிலியை நீக்க என்ன தொகையைச் செலுத்த வேண்டும் என்று அரசுத் தரப்பு வினவ, அதற்கு அந்த ஜமீன்தாரினி அம்மா மீன் பிடிப்பதற்குப் போடப்பட்ட வரியை நீக்கவேண்டும் என்றார். உடனே வரியை நீக்கியது பிரிட்டிஷ் அரசு.

இந்தச் சம்பவத்திற்குப் பிறகுதான் ராணி ராஸ்மணியாக இருந்த ஜமீன்தாரினி லோகமாதா ராணி ராஸ்மணி என்று அழைக்கப்பட்டார். தனது ஜமீன்தார் கணவனை இழந்த பின்னர் பொறுப்புகளை ஏற்காது ஒடுங்கி விடாமல், தன்னம்பிக்கையுடன் தொழில் செய்து சமூக சேவகருமாகவும் துடிப்புடன் இருந்தார், ராணி ராஸ்மணி.

கங்கைக் கரையில் படித்துறைகளைக் கட்டினார் ராணி ராஸ்மணி. ஆன்மிக நகரங்களுக்கிடையேயான சாலைகள் அமைப்பதற்கு நிதி உதவியும் நூலகங்கள் மற்றும் கல்லூரிகளுக்கு நன்கொடையும் அளித்துள்ளார். சதுப்பு நிலமாகக் கிடந்த இடத்தைச் சீர்படுத்தி நன்னீர் நிலையாக மாற்றி மீன்வளத்தைப் பெருக்கி அங்கே வசித்த மக்களின் வாழ்வாதாரத்தை உயர்த்தினார்.

ஈஸ்வர சந்திர வித்யாசாகருக்கு ஆதரவு அளித்து அவரது விதவை மறுமணப் பரப்புரைக்கு உதவினார். பலதார மணத்தை எதிர்த்து சட்டம் இயற்ற கிழக்கிந்திய கம்பெனிக்கு அழுத்தம் கொடுத்திருக்கிறார். தனது ஜமீன்தார் ஆளுகைக்கு உட்பட்ட மர்ஹ் பகன் என்ற தோட்டத்தை ஆங்கிலேய ஈடன் சகோதரிகளுக்கு அன்பளிப்பாக வழங்கினார். அதுதான் தற்போதைய ஈடன் கார்டன் கிரிக்கெட் ஆடுகளமாக இருக்கிறது.

ராணி ராஸ்மணி அவர்கள், பொதுமக்களுக்காகப் பிரம்மாண்டமான தக்ஷிணேஸ்வரர் காளி கோவிலைக் கட்டினார். ராணி ராஸ்மணி ஒரு நடுத்தரச் சூத்திர வம்சத்தைச் சேர்ந்தவர் என்று காரணம் காட்டி பிராமணர்கள் எவரும் அக்கோவிலில் பூசாரியாக இருக்க ஒப்புக்கொள்ளவில்லை.

கோவிலை ஒரு பிராமணருக்கு தானம் அளித்து, அவர் காளியைப் பிரதிஷ்டை செய்தால்தான் வழிபாடு செய்ய உகந்ததாகக் கோவில் மாறும் என்று தெரிவிக்கப்பட்டது. நன்கு யோசித்த ராணி ராஸ்மணி, ராம்குமார் சட்டோபாத்யாய என்ற மிகவும் ஏழை பிராமணரைத் தேர்வு செய்து கோவிலையும் அதனைச் சார்ந்த நிலத்தையும் அவருக்குத் தானம் கொடுத்தார்.

1855ம் ஆண்டு சட்டோபாத்யாய பூசாரியாக நியமிக்கப்பட்டு காளியின் சிலையை நிறுவி கோவில் பொதுமக்கள் வழிபாட்டிற்குத் திறக்கப்பட்டது. பின்னர் அவரது தம்பி கதாதர் பூசாரியாகக் கோவிலுக்கு வந்து சேர்ந்தார். அவருக்கும் பூரண ஆதரவு அளித்தார், ராணி ராஸ்மணி. அந்த கதாதர் என்பவர்தான் இராமகிருஷ்ண பரமஹம்சர்

1793ம் ஆண்டு பிறந்து 1861ம் ஆண்டு மறைந்த ராஸ்மணி தாஸ் என்ற இயற்பெயரைக் கொண்ட ராணி ராஸ்மணியை லோகமாதா என்று அழைப்பதில் மாற்றுக் கருத்து இருக்க முடியுமா என்ன?

3

ராணி காய்தின்லியூ

1915ம் ஆண்டு ஜனவரி 26ம் நாள் மணிப்பூர் மாநிலத்தில் பிறந்தவர் காய்தின்லியூ. அவரது குடும்பம் வசித்த பகுதியில் பள்ளிக்கூடங்கள் ஏதும் இல்லாததால் யாருக்கும் முறையான கல்வி கிடைக்கவில்லை.

1927ம் ஆண்டு தனது பதிமூன்றாவது வயதில் ஹெரெகா என்ற இயக்கத்தில் இணைந்தார் காய்தின்லியூ. அந்த இயக்கமானது நாகா பழங்குடி இனத்தவர்களின் பாதுகாப்பிற்காகவும் வளர்ச்சிக்காகவும் மட்டுமல்லாது ஆங்கிலேயர்களின் ஆதிக்கத்தைத் தங்களது

நிலத்திலிருந்து அகற்றி நாகா பழங்குடியினரின் ஆட்சி ஏற்படவும் பாடுபட்டது.

ஆயுதப் போராட்டத்தில் இறங்கிய அவ்வியக்கத்தில் தனது 16வது வயதிலேயே கொரில்லா போர்ப்பிரிவின் தலைவராகி ஆங்கிலேய ஆட்சிக்கெதிராக போரிட்டார், காய்தின்லியூ. 1931ல் அந்த இயக்கத்தின் தலைவரான ஜடோனான்ங் அவர்களைக் கைது செய்து தூக்கிலேற்றியது ஆங்கிலேய அரசு. அதன் பின்னர் காய்தின்லியூ அவ்வியக்கத்தின் தலைவராகவும் ஆன்மிக வழிகாட்டியாகவும் ஆனார்.

ஆங்கிலேய அரசாங்கத்திற்கு எதிராகக் கிளர்ச்சிகளில் வெளிப்படையாக ஈடுபட்டார். அரசுக்கு வரி செலுத்த மறுக்குமாறு தனது மக்களுக்குக் கோரிக்கை வைத்தார். இயக்கத்திற்கு நன்கொடை அளித்த பலரும் இயக்கத்தில் தம்மை இணைத்துக்கொண்டனர்.

ஆங்கிலேய அதிகாரிகள் அவரைப் பிடிக்கத் தேடுதல் வேட்டையில் இறங்கினர். அவர்களிடமிருந்து தப்பிக்க அஸ்ஸாம், நாகாலாந்து, மணிப்பூர் என மாறிமாறி அலைந்தார் காய்தின்லியூ. அவரைப் பிடித்துத் தர உதவும் கிராமத்திற்கு 10 வருட வரிவிலக்கு என்ற அறிவிப்பை வெளியிட்டது பிரிட்டிஷ் அரசு.

அக்டோபர் 1932ம் ஆண்டு காய்தின்லியூ அவர்கள் புலோமி என்ற கிராமத்திற்கு வந்தார். அவரது தொண்டர்கள் அவருக்கு மரத்தாலான கோட்டை ஒன்றை எழுப்பத் தொடங்கினர். அப்போது திடீரெனத் தோன்றிய அஸ்ஸாமின் ஆங்கிலேயத் தளபதி மெக்டொனால்ட், காய்தின்லியூவைக் கைது செய்தார்.

பல்வேறு வழக்குகளில் குற்றம் சாட்டப்பட்டு வாழ்நாள் கைதியாக ஆங்கிலேயர்களால் சிறையில் அடைக்கப்பட்டார் காய்தின்லியூ. கவுஹாத்தி, ஷில்லாங், ஐஸ்வல் மற்றும் துரா சிறைகளுக்கு அலைக்கழிக்கப்பட்டார்.

1937ம் ஆண்டு ஷில்லாங் சிறையில் ஜவாஹர்லால் நேரு அவரைச் சந்தித்தார். காய்தின்லியூவின் விடுதலைக்கு முயற்சி எடுப்பதாகவும் வாக்களித்தார். நேரு எடுத்த முயற்சிகள் எதுவும் பலனளிக்கவில்லை. பாதுகாப்பைக் காரணம் காட்டி ஆங்கிலேய ஆளுநர் காய்தின்லியூவின் விடுதலையை நிராகரித்துவிட்டார்.

காய்தின்லியூவின் வீரதீரச்செயல்களைப் பார்த்து வியந்த நேரு அவருக்கு மலைகளின் ராணி என்ற பட்டத்தை அளித்து ஹிந்துஸ்தான் டைம்ஸ் பத்திரிகையில் எழுதினார். அதுமுதல் ராணி காய்தின்லியூ என்று அவர் பரவலாக அறிமுகம் ஆனார்.

இந்தியா சுதந்திரம் பெறும் வரையிலும் காய்தின்லியூ சிறையிலேயே வாடினார். 1946ல் இடைக்கால அரசு பதவியேற்றதும் அவரை விடுவிக்கும்படியான உத்தரவை துரா சிறைச்சாலைக்கு அனுப்பினார், ஜவாஹர்லால் நேரு.

நாகர் இன பழங்குடி மக்களைக் கிறித்தவத்திற்கு மதமாற்றம் செய்யும் முயற்சிகளை வன்மையாக எதிர்த்தவர் காய்தின்லியூ. 1972ல் காய்தின்லியூவிற்குச் சுதந்திரப் போராட்ட வீரருக்கான தாமிரப்பத்திரம் அளித்து அங்கீகரித்த இந்திய அரசு 1982ல் பத்மபூஷன் விருதையும் வழங்கி சிறப்பித்தது.

1993ம் வருடம் பிப்ரவரி 17ம் நாள் தனது 78வது வயதில் இயற்கை எய்தினார், காய்தின்லியூ.

4

பிபின் சந்திர பால்

இந்தியாவின் புரட்சிகரமான அரசியல் கருத்துகளின் தந்தை என்று அழைக்கப்படுபவர் பிபின் சந்திர பால். மேடையில் மட்டும் புரட்சியை முழங்கிவிட்டு, சொந்த வாழ்வில் சுயநலத்துடன் இருந்தவர் இல்லை அவர். முன்னுதாரணமாக இருக்கவேண்டுமென்று தானே பல்வேறு புரட்சிகரச் செயல்களைச் செய்தவர்.

இந்திய விடுதலைப் போராட்டத்தின் முகத்தை மாற்றியமைத்த லால், பால், பால் (Lal, Bal, Pal) அதாவது லாலா லஜ்பதி ராய் (பஞ்சாப்), பால கங்காதர திலகர்

(மஹாராஷ்டிரா), பிபின் சந்திர பால் (வங்காளம்) என்ற மூன்று தலைவர்களில் ஒருவர்.

ஆங்கில அரசின் வங்கப்பிரிவினையை முழு மூச்சாக எதிர்த்தவர். விடுதலை தாகத்தைத் தூண்டிய Bande mathram இதழ் தொடர்பான வழக்கில் அரவிந்த கோஷ்க்கு எதிராக ஆதாரங்களைத் தர மறுத்து சிறை சென்றவர். 1908ம் ஆண்டு சிறையிலிருந்து அவர் விடுதலை ஆனபோது, சென்னை உட்பட அனைத்து இந்திய நகரங்களும் கொண்டாடின.

சுதேசி இயக்கம் எனப்படும் வெளிநாட்டுப் பொருட்கள் புறக்கணிப்பில் தீவிரமாகச் செயல்பட்டவர் பிபின் சந்திர பால். தனது மனைவி மறைந்ததும் ஒரு விதவைப் பெண்ணை மணந்து புரட்சி விதையைத் தூவியவர். மிதவாத போக்கில் நம்பிக்கை இல்லாதவர்.

காந்தியின் வழியைப் பின்பற்றினால் ஏதாவது அதிசயம் நிகழும் என்று எதிர்பார்ப்பது முட்டாள்தனம் என்று தனது கருத்தைத் தொடர்ந்து திரு பால் முன்வைத்தார்.

5

சுபத்ரா ஜோஷி

1919ம் ஆண்டு பாகிஸ்தானில் பஞ்சாப் மாகாணம் சியால்கோட்டில் பிறந்தவர், சுபத்ரா ஜோஷி. முதுநிலை Political Science படித்தவர். கல்லூரியில் படித்துக் கொண்டிருந்தபோது வார்தா ஆசிரமத்தில் மகாத்மா காந்தியைச் சந்தித்து அவரது கோட்பாடுகளால் மிகவும் ஈர்க்கப்பட்டார்.

எனவே விடுதலைப் போராட்டத்தில் பங்குபெறுவது என்று முடிவு செய்து, அருணா ஆசஃப் அலி அவர்களுடன் இணைந்து தனது அரசியல் நகர்வுகளைத்

தொடங்கி, வெள்ளையனே வெளியேறு இயக்கத்தில் பங்குபெற்றார்.

தலைநகர் டெல்லியிலிருந்து செயல்பட முடிவெடுத்தார் சுபத்ரா. 'ஹமாரா சங்ராம்' என்ற இதழைத் தொடங்கி தனது அரசியல் கருத்துக்களை வெளியிடுகிறார். ஆங்கிலேய அரசு அவரைக் கைது செய்து லாகூர் பெண்கள் சிறையில் அடைத்தார்கள்.

இந்திய - பாகிஸ்தான் பிரிவினையின்போது ஏற்பட்ட மதக்கலவரத்தில் சுபத்ரா ஜோஷி அவர்களின் பங்கு அளப்பரியது. ஷாந்தி தள் என்ற தன்னார்வ அமைப்பை ஏற்படுத்தி இந்து- முஸ்லிம் மக்களிடையே ஏற்பட்டிருந்த வெறுப்புணர்வைத் தணித்தார் சுபத்ரா.

குறிப்பாக, பிரிவினையின்போது டெல்லியைச் சார்ந்து வசித்த இஸ்லாமியர்கள் வலுக்கட்டாயமாக பாகிஸ்தானுக்கு இடம்பெயர வேண்டிய நிர்ப்பந்தம் ஏற்பட்டபோது சம்பந்தப்பட்டவர்களோடு உரையாடி அதைப் பெருமளவு தடுத்து அமைதியை ஏற்படுத்தினார்.

இந்திய விடுதலைக்குப் பிறகும் மதவாதத்திற்கு எதிராக அவரது குரல் ஒலித்துக்கொண்டே இருந்தது. சம்பிரதாயிக்தா விரோதி கமிட்டி, குவாமி ஏக்தா டிரஸ்ட் போன்றவற்றை ஏற்படுத்தி மத நல்லிணக்கம் தழைப்பதற்குப் பாடுபட்டார்.

பாராளுமன்ற உறுப்பினராகப் பலமுறை தேர்தல் மூலம் தேர்ந்தெடுக்கப்பட்ட சுபத்ரா, 1962ம் ஆண்டு பல்ராம்பூர் தொகுதியில் ஜனசங்கம் வேட்பாளரான அடல் பிஹாரி வாஜ்பாயைத் தோற்கடித்து பாராளுமன்ற உறுப்பினர் ஆனார்.

வங்கிகள் தேசியமயமாக்கல், சிறப்புத் திருமணச் சட்டம், குற்றவியல் நடைமுறை சட்டத் திருத்தம் போன்றவற்றில் தனது பங்களிப்பைச் செய்திருக்கிறார். இவர் இந்திரா காந்தியின் கணவர் திரு. ஃபெரோஸ் காந்தியுடன் காதலில் இருந்ததாகக் கூறப்படுகிறது. டெல்லி பிரதேசக் காங்கிரஸ் கமிட்டியின் தலைவராக இருந்த சுபத்ரா ஜோஷி அவர்கள், 2003ம் ஆண்டு மறைந்தார்.

6

பல்தேவ் ராம்ஜி மிர்தா

மிர்தா என்பது ஜோத்பூர் சமஸ்தானத்தால் வழங்கப்பட்ட பட்டப்பெயர். ஆனால், மக்கள், விவசாயிகளின் சிங்கம் என்று வேறு ஒரு பட்டப்பெயர் கொண்டு அவரை அழைத்தார்கள்.

அப்படியென்றால் பல்தேவ் ராம் ஒரு விவசாயியா?

இல்லை. அவர் விவசாயி இல்லை.

பல்தேவ் ராம் ஒரு காவலர். சப்-இன்ஸ்பெக்ட்டராக இருந்து டி.ஐ.ஜிவரை பதவி உயர்வு பெற்றவர். ஒரு

காவல்துறை உயர் அதிகாரியாக இருந்ததால் நிறைய வழக்குகளைக் கண்காணிக்கும் வாய்ப்பு அவருக்கு இருந்தது. படிப்பறிவற்ற விவசாயிகள் சுரண்டப்படுவதையும் வஞ்சிக்கப்படுவதையும் அவர் அந்த வழக்குக்களினூடாக அறிந்துகொண்டார்.

அவர்களுக்காகப் போராட முடிவெடுத்தவர், தனது காவல்துறை டி ஐ ஜி பதவியை 1947ம் ஆண்டு ராஜினாமா செய்தார். ராஜஸ்தான் மாநிலம் வறண்ட நிலப்பிரதேசம் ஆகையால் பிற்படுத்தப்பட்டோருக்கான சமூக சேவையின் முதல் படியாக அவர் ஒவ்வொரு ஊரிலும் கிணறு வெட்டி தண்ணீர் பிரச்சினையைத் தீர்த்தார்.

கிராமப்புறங்களில் வாழ்பவர்களின் கல்வியறிவை மேம்படுத்த, அருகிலிருக்கும் சிற்றூர்களில் பள்ளிக்கூடங்களைக் கட்டினார். அந்தப் பள்ளிக்கூடங்களில் படித்து முன்னேறிய மாணவர்கள் பலரும் பின்னர் பள்ளிக்கூட வளர்ச்சியில் ஈடுபட்டனர்.

எவராவது இறந்து போனால் அன்று ஊரில் உள்ள அனைவருக்கும் விருந்து வைக்கும் வழக்கம் அப்போது இருந்தது. துக்கத்தோடு விருந்து வைப்பது சம்பந்தப்பட்ட விவசாயக் குடும்பத்தாருக்குப் பெரும் மனவுளைச்சலைக் கொடுத்தது. ஆகையால் அந்த வழக்கத்தை முற்றிலும் ஒழிக்கவேண்டும் என்று தீர்மானித்து அனைத்து ஊர்ப் பெரியவர்களிடம் பேசினார். இறுதியில் வெற்றியும் பெற்றார்.

அதுமட்டுமல்ல தொன்றுதொட்டு வழக்கத்தில் இருந்த பல்வேறு மூடப்பழக்கவழக்கங்களைத் தனது விழிப்புணர்வு பரப்புரை மூலம் நீர்த்துப் போகச்செய்து நாளடைவில் அதை முற்றிலுமாக ஒழித்தார்.

தீண்டாமை, குழந்தைகள் திருமணம், பெண்கள் கல்வி மறுப்பு, போன்ற சமூகப் பிரச்சினைகளும் அதில் அடங்கும். நிலச்சுவான்தார்களின் விளைநிலங்களில் அடிமைகள்போல் விவசாயம் செய்து சொற்பமான கூலியைப் பெற்று வந்த விவசாயிகளின் நிலையைப் பார்த்துக் கடும்கோபம் கொண்ட பல்தேவ் ராம், அவர்களை ஒருங்கிணைத்து அடிக்கடி பல்வேறு பேரணிகளையும் போராட்டங்களையும் நடத்தினார்.

'மார்வார் கிசான் சபா' என்ற பெயரில் விவசாயிகள் இயக்கத்தைத் தொடங்கிப் போராடினார். ராஜஸ்தான் மாநிலம் உருவான பிறகு ராஜஸ்தான் கிசான் சபா (கிசான் என்றால் விவசாயி) என்ற பெயரில் செயல்பட்டது.

பல்தேவ் அவர்களின் கோரிக்கைகள் அனைத்தும் நிறைவேற்றப்படும் என்ற ஒப்பந்தத்தின்படி, ஜவாஹர்லால் நேரு மற்றும் வல்லப் பந்த் அவர்களின் ஆலோசனைப்படி விவசாயிகள் இயக்கம் இந்தியத் தேசிய காங்கிரசில் இணைந்தது. அதன்படி, Marwar Tenancy Act சட்டத்தின் மூலம் ராஜஸ்தான் மாநில விவசாயிகள் அனைவரின் உரிமைகளும் நலன்களும் உறுதிசெய்யப்பட்டன.

7

ர∴பி அகமத் கித்வாய்

இந்திய விடுதலைக்குப் பிறகு அமைந்த ஜவாஹர்லால் நேரு தலைமையிலான அமைச்சரவையில் இரண்டு இஸ்லாமியர்கள் இருந்தனர். ஒருவர் மௌலானா அபுல் கலாம் ஆசாத். இன்னொருவர் இந்த அஞ்சல்தலையில் இருக்கும் ர∴பி அகமத் கித்வாய்.

இவர் தொலைத்தொடர்புத் துறை அமைச்சராகப் பணியாற்றிய காலத்தில்தான் விமான அஞ்சல் சேவை (Air Mail) தொடங்கப்பட்டது. அடுத்த தேர்தலில் மீண்டும் தேர்வாகி இரண்டாவது அமைச்சரவையில்

உணவு மற்றும் விவசாயத்துறை அமைச்சராக ரஃபி அகமத் இருந்துள்ளார்.

அப்போதுதான் இந்தியாவில் விவசாய ஆராய்ச்சியை மேம்படுத்த உதவும் வகையில் Indian Council of Agriculture Research (ICAR) நிறுவப்பட்டு விவசாய விஞ்ஞானிகளுக்கு உதவித்தொகை, பரிசுகள் பதக்கங்கள் வழங்கும் திட்டம் தொடங்கியது.

மேலும் இவரது முயற்சியினாலும் ஆதரவினாலும் கர்நாடக மாநிலம் பெங்களூருவில் புற்றுநோய் மருத்துவமனை தொடங்க *20* ஏக்கர் நிலமும், புற்று நோய்க்கான மருத்துவ உபகரணங்கள் வாங்க ஒரு லட்சம் ரூபாயும் வழங்கப்பட்டது. ஆகவே அந்த மருத்துவமனைக்கு அவரது பெயரே (Kidwai Memorial Institute of Oncology) சூட்டப்பட்டது.

*1894*ம் ஆண்டு உத்தரப்பிரதேச மாநிலத்தில் பிறந்த ரஃபி அகமத் கித்வாய் அவர்கள் கிலாபத் இயக்கத்தின் மூலம் அரசியலுக்கு வந்தவர். காங்கிரஸ் பேரியக்கத்தின் விடுதலைப் போராட்டங்களுக்காக அதிக நிதியைச் சேகரித்துக் கொடுத்தவர் என்ற நற்பெயருக்குச் சொந்தக்காரர்.

*1954*ம் ஆண்டு அமைச்சர் பதவியில் இருந்தபோதே சுவாசக்கோளாறு மற்றும் இருதய அடைப்பு காரணமாகக் கூட்டம் ஒன்றில் பேசிக்கொண்டிருந்தபோது மரணமடைந்தார். அவரது சொந்த ஊரில் முகலாய அரசர்களின் கல்லறை போன்ற வடிவத்தில் நினைவகம் அமைக்கப்பட்டது.

உத்தரப்பிரதேச மாநிலம் காஸியாபாத்தில் இயங்கும் அஞ்சல் அலுவலர்கள் பயிற்சி நிறுவனத்திற்கு (Rafi Ahmed Kidwai National Postal Academy) இவரது பெயர் சூட்டப்பட்டிருக்கிறது.

8

மைக்கேல் மதுசூதன் தத்

1824ம் ஆண்டு பிளவுபடாத வங்காளத்தில் (தற்போது வங்கதேசம்) பிறந்தவர். வங்கமொழிக் கவிஞராகவும் நாடக ஆசிரியராகவும் அறியப்படுபவர். வங்க நாடக இலக்கியத்தின் முன்னோடிகளில் முக்கியமானவராகக் கருதப்படுபவர் திரு மதுசூதன் தத்.

ஆங்கிலத்தில் புலமை மிக்கவராக இருந்தால் அரசுப் பணி கிடைக்கும் என்று நினைத்து அவரை ஆங்கிலப் பள்ளியில் படிக்க வைத்தனர் பெற்றோர். மேற்படிப்பிற்காக கொல்கத்தா வந்த மதுசூதனனை மேற்கத்திய கலாசாரம் பெரிதும் கவர்ந்தது.

மதுசூதன் ஆங்கிலேயர்களின் நடை, உடை, பாவனை, மொழி என அனைத்திலும் ஓர் ஐரோப்பியனாகவே தன்னை உணர ஆரம்பித்துவிட்டார். மெல்ல மெல்ல இந்தியக் கலாசாரத்தைத் துறந்து மேற்கத்திய நாகரிக வாழ்வைப் பின்பற்றலானார்.

பெற்றோர்கள் மற்றும் உறவினர்களின் எதிர்ப்பை மீறி 1843ம் ஆண்டு கிறித்தவத்தைத் தழுவி தனது பெயருக்கு முன்னே மைக்கேல் என்ற பெயரை இணைத்துக்கொண்டார்.

ஷேக்ஸ்பியர், வில்லியம் வேர்ட்ஸ்வொர்த், ஜான் மில்டன் போன்றவர்களால் அதிகம் கவரப்பட்டு பல்வேறு ஆங்கிலக் கவிதைகள், கட்டுரைகள் மற்றும் நாடகங்கள் எழுதினார்.

பெற்றோர் நிச்சயிக்கும் திருமணத்தில் நம்பிக்கை இல்லாத மைக்கேல் மதுசூதன் தத், வறுமை மற்றும் குடும்பச் சூழல் காரணமாக சென்னையில் வசித்தபோதுதான் Rebecca Thompson McTavish என்ற ஆங்கிலோ - இந்தியன் பெண்ணை மணந்தார்.

1856ம் ஆண்டு தனது தந்தையின் மறைவிற்குப் பிறகு மனைவி Rebecca Thompson McTavish மற்றும் நான்கு குழந்தைகளை அப்படியே சென்னையில் விட்டுவிட்டு கொல்கத்தாவிற்குச் சென்றுவிட்டார். பிறகு திரும்பவில்லை. 1873ம் ஆண்டு உடல் நலிவுற்று கொல்கத்தாவில் மறைந்தார், மைக்கேல் மதுசூதன் தத்.

இடையில் இரண்டு குழந்தைகள் இறந்துவிட ஒரு மகன் மற்றும் மகளுடன் சென்னையில் வாழ்ந்து வந்த Rebecca Thompson McTavish, 1892ல் மறைந்தார். அவருடைய மகள் வழி எள்ளுப் பேரன்தான் இந்தியாவின் பிரபல டென்னிஸ் விளையாட்டு வீரர் லியாண்டர் பயஸ்.

9

நூப்பி லால் (நூப்பி லான்)

Nupi Lan என்பதுதான் Nupee Lal என்று தபால் தலையில் அச்சிடப்பட்டிருக்கிறது. நூப்பி லான் என்பது பிரிட்டிஷ் இந்தியாவின் மணிப்பூர் மாநிலத்தில் நடந்த ஒரு போராட்டம். அந்தப் போராட்டம் இரண்டு கட்டங்களாக 1904 மற்றும் 1939ல் இரண்டு வெவ்வேறு காரணங்களுக்காக நடைபெற்றன.

நூப்பி லான் என்றால் மணிப்புரி மொழியில் பெண்கள் நடத்தும் போர் என்று பொருள். முழுக்க முழுக்க பெண்களால் ஒருங்கிணைக்கப்பட்டு பெண்கள்

ஒன்றுகூடி பெண்கள் மட்டுமே ஆங்கிலேயர்களின் விரோத நடவடிக்கைகளுக்கெதிராக நடத்திய போராட்டங்கள் அவை.

முதலாம் நூப்பி லான் - 1904

ஆங்கிலேயர்களுக்குச் சொந்தமான ஒரு மாளிகை தீயில் எரிந்து சாம்பலாகிவிட்டது. அதை மீண்டும் கட்டும் முயற்சியில் அவர்கள் இறங்கினர். அதற்காகக் காடுகளிலிருந்து மரங்களை வெட்டிவருவது, செங்கல் தயாரிப்பு, போன்ற வேலைகளில் ஆண்கள் ஈடுபடுத்தப்பட்டனர்.

கூலியாட்களுக்குச் சம்பளம் தருவதில் ஒரு பழைய நடைமுறையை அமுல்படுத்தினார், ஆங்கிலேய அதிகாரி மேக்ஸ்வெல். அந்த நடைமுறையின் பெயர் லால் அப். அதன்படி 30 நாட்கள் ஒரு தொழிலாளி சம்பளத்துடன் பணி புரிந்தால் அடுத்து 10 நாட்களுக்குச் சம்பளம் இல்லாமல் பணிபுரிய வேண்டும்.

இது என்ன அநியாயமாக இருக்கிறது என நினைக்கிறீர்களா? ஆமாம். அந்த அநியாயத்தைத் தட்டிக் கேட்பதற்குத்தான், 03 செப்டம்பர் 1904ம் ஆண்டு ஐயாயிரத்திற்கும் மேற்பட்ட பெண்கள் ஒன்று திரண்டு ஆங்கிலேய அதிகாரியின் மாளிகைக்குப் படையெடுத்தனர்.

தொடர் கோஷங்களை எழுப்பி தங்கள் எதிர்ப்பைத் தெரிவித்தனர். இறுதியாக ஆங்கிலேய அதிகாரிகள் அந்தத் திட்டத்தை நீக்குவதாக ஒப்புக்கொண்டனர். பெண்கள் போராட்டம் தானே என்று நினைத்தார்களோ என்னவோ, ஒப்புக்கொண்டபடி லால்அப் நடைமுறை படுத்தப்படவில்லை.

அனைவரையும் சம்பளமின்றி 10 நாட்கள் வேலை செய்யப் பணித்தது ஆங்கிலேய அரசு. மீண்டும் 05 அக்டோபர் 1904ல் பொது இடத்தில் 5000க்கும் மேற்பட்ட பெண்கள் கூடி ஆர்ப்பாட்டத்தில் ஈடுபட்டனர். பிறகுதான் மசிந்து வந்து லால்அப் முறையை நீக்கியது ஆங்கிலேய அரசு.

இரண்டாம் நூப்பி லான் - 1939

மணிப்பூரில் விளையும் அரிசியைத் தரகர்கள் மூலம் மொத்தமாக வாங்கி ஏற்றுமதி செய்தது, பிரிட்டிஷ் அரசு. ஏற்றுமதியை அதிகரிக்க வேண்டும் என்று விவசாயிகள், அரிசி ஆலை, தரகர்களிடமிருந்து அடாவடியாக அரிசி தானியங்களை வாங்கிக் கொண்டது. அதனால் அறுவடைக்

காலங்களில்கூட உணவிற்கு அரிசி கிடைக்காமல் மணிப்பூரில் பஞ்சம் ஏற்பட்டது.

அதனை எதிர்த்துத்தான் மீண்டும் நூப்பி லான் - 2 தொடங்கியது. ஆயுதம் தாங்கிய பிரிட்டிஷ் ஆதரவு காவலர்கள், போராட்டத்தில் ஈடுபட்ட பெண்களைத் தாக்கினர். அதில் பலர் உயிரிழந்தனர். ஆனாலும் நூப்பி லான் - 2 பல மாதங்களாகத் தொடர்ந்தது. இருபுறமும் விட்டுக்கொடுக்காமல் நடந்த போராட்டம், இரண்டாம் உலகப்போர் தொடங்கும் அறிகுறிகள் தென்பட்டதால் நீர்த்துப்போய் அடங்கியது.

இந்திய விடுதலைக்குப்பின் மணிப்பூரில் நூப்பி லான் தினம் ஒவ்வொரு வருடமும் டிசம்பர் 12ம் தேதி அனுசரிக்கப்படுகிறது.

10

பிரஃபுல்ல சந்திர ராய்

இந்தியாவின் மிகச்சிறந்த விஞ்ஞானிகளுக்கு ஆசாரிய பி சி ராய் நினைவு விருது வழங்கப்படுவதை நாம் ஊடகங்கள் வழியே படித்திருப்போம். பிசி என்றால் பிரஃபுல்ல சந்திர என்று பொருள். வங்கப் பிரிவினைக்கு முன்பு தற்போதைய வங்கதேசத்தில் பிறந்த பி சி ராய் அவர்கள் மிகச்சிறந்த வேதியியல் நிபுணர் மட்டுமல்லாமல் நாட்டுப்பற்று மிக்கவராகவும் இருந்தார்.

1887ம் ஆண்டே இங்கிலாந்தில் வேதியியலில் டாக்டர் ஆஃப் சயின்ஸ் (D.Sc) பட்டம் பெற்றவர்.

இந்தியாவிலிருந்து வேதியியலில் D.Sc பட்டம் பெற்ற முதல் நபரும் இவரே. 1888ல் இந்தியா திரும்பிய ராய் வேலை தேடியபோது ஒன்றைக் கண்டார். பெரும்பாலான இந்திய நிறுவனங்களின் உயர் பதவிகளில் ஆங்கிலேயர்களே இருந்தனர். அங்கு சேரக்கூடாது என்று முடிவெடுத்து ஜெகதீஷ் சந்திரபோஸின் ஆய்வகத்தில் உதவியாளராகச் சேர்ந்தார் ராய்.

பின்னர் மாநிலக் கல்லூரியில் உதவிப் பேராசிரியராக ஆய்வுப்பணிகளில் ஈடுபட்டார். வீட்டிலேயே சிறிய சோதனைச்சாலையை அமைத்து தனது ஆய்வுகளைத் தொடர்ந்தார், பி சி ராய். கரிம மற்றும் கனிம வேதியியலில் பல கண்டுபிடிப்புகளைச் செய்திருக்கும் இவர், கடும் உழைப்பைக் கோரிய இந்திய வேதியியல் வரலாறு என்ற நூலை எழுதியுள்ளார்.

மருந்துகள் அனைத்தும் வேதிப்பொருட்கள் தானே? ஆகவே மருத்துவப் பண்புள்ள வேதியியல் பொருட்களைத் தயாரித்து விற்பனை செய்யும் மருந்து தயாரிப்பு நிறுவனம் ஒன்றை பெங்கால் கெமிக்கல்ஸ் அண்டு பார்மஸ்சூட்டிக்கல்ஸ் என்ற பெயரில் தொடங்கினார். இதுதான் இந்தியாவின் முதல் மருந்து தயாரிப்பு நிறுவனம் (Pharmaceutical Company) ஆகும்.

இந்திய வேதியியல் கழகத்தை நிர்மாணித்த பிரஃபுல்ல சந்திர ராய், இந்திய அறிவியல் கழகத்தின் இயக்குநராகவும் பணியாற்றினார். 1861ம் ஆண்டு பிறந்த பிரஃபுல்ல சந்திர ராய், 1944ம் ஆண்டு கொல்கத்தாவில் மறைந்தார்.

11

சித்தரஞ்சன் தாஸ்

சிஆர் தாஸ் என்று சுருக்கமாக அழைக்கப்பட்ட இவரை 'தேசபந்து' (நாட்டின் நண்பன்) என்று மகாத்மா காந்தி அன்போடு அழைத்தார். இவரைப்பற்றித் தெரிந்துகொள்ள நிறைய விஷயங்கள் இருக்கின்றன. நேதாஜி சுபாஷ் சந்திர போஸிற்கு குரு ஸ்தானத்தில் இருந்தவர் சித்தரஞ்சன் தாஸ்.

பிரம்ம சமாஜத்தைப் பின்பற்றும் குடும்பத்தில் 1870ம் ஆண்டு வங்கத்தில் பிறந்தார். கொல்கத்தாவில் பட்டப்படிப்பு முடித்துவிட்டு லண்டனில் பாரிஸ்டர்

மேற்படிப்பு படித்து இந்தியா திரும்பினார். லண்டனில் இருந்தபோதே அரவிந்த கோஷ் மற்றும் சரோஜினி நாயுடுவுடன் நண்பராக இருந்தார்.

1894ம் தனது வழக்கறிஞர் வேலையைத் துறந்து இந்திய விடுதலைப் போராட்டத்தில் தீவிரமாக ஈடுபட ஆரம்பித்தார். அலிப்பூர் குண்டு வெடிப்பு வழக்கில் நண்பர் அரவிந்த கோஷ் சிக்கியபோது, மீண்டும் வழக்கறிஞர் ஆடையை உடுத்தினார். வழக்கில் திறம்பட வாதாடி அரவிந்த கோஷின் விடுதலையை உறுதி செய்தார்.

அதன்பிறகே சித்தரஞ்சன் தாஸின் புகழ் வேகமாகப் பரவியது. ஒத்துழையாமை இயக்கம், அந்நிய நாட்டுத் துணிகள் எரிப்பு ஆகியவற்றில் முன்னணி வீரராகப் பங்கேற்றார். அயல்நாட்டுத் துணிகளை வீட்டிலிருந்து பையில் போட்டுக் கொண்டு வந்து தீயில் இட்டுக் கொண்டிருந்தார்கள். சித்தரஞ்சன் தாஸோ நிகழ்வின்போது தான் உடுத்தியிருந்த இங்கிலாந்து தயாரிப்பு உடைகளைக் களைந்து தீயில் போட்டுவிட்டு வீட்டிலிருந்து கொண்டு வந்த கதராடையை அணிந்து கொண்டார்.

இந்த நிகழ்ச்சி இளைஞர்களிடையே தீவிரத்தன்மையை அதிகரித்தது. Forward என்ற பெயரில் செய்தித்தாளைத் தொடங்கி Liberty என்று பெயர் மாற்றி தேசபக்திக் கட்டுரைகளை எழுதினார். அஹிம்சையில் ஆழ்ந்த நம்பிக்கை கொண்ட சித்தரஞ்சன் தாஸ், இந்து - முஸ்லிம் ஒற்றுமையை இடையறாது வலியுறுத்திக்கொண்டிருந்தார்.

சித்தரஞ்சன் தாஸ் ஒரு புரட்சிகரமான கவிஞரும்கூட. அவரது கவிதைகள் வங்காள இளைஞர்களிடையே விடுதலை வேட்கையைத் தூண்டியது.

கொல்கத்தா மாநகராட்சியாக அறிவிக்கப்பட்டதும் அங்கு நடந்த தேர்தலில் வென்று முதல் மேயர் ஆனார் சித்தரஞ்சன் தாஸ். ஐரோப்பிய, இந்திய இலக்கியங்கள், ராமகிருஷ்ண பரமஹம்சர், விவேகானந்தர், ரவீந்திரநாத் தாகூர் போன்றோரின் எழுத்துகளைப் படித்து தன் அரசியலைச் சமநிலையோடு வைத்திருந்தார். மேலும் ஈஸ்வர சந்திர வித்யாசாகர் தொடங்கிய இயக்கத்திற்கு ஆதரவு அளித்து விதவை மறுமணத் திட்டத்திற்கு உதவி செய்தார்.

தொழிலாளர்களுக்கு எங்கெல்லாம் பிரச்சினை எழுகிறதோ அங்கு அவர்களுக்கு ஆதரவாக எழுந்த முதல்

குரல் இவருடையதே. அஸ்ஸாம் தேயிலைத் தோட்டத் தொழிலாளர்கள் பிரச்சினை, இரயில் தொழிலாளர் பிரச்சினைகளில் தலையிட்டுத் தீர்த்து வைத்ததில் முக்கிய பங்காற்றியிருக்கிறார்.

மகாத்மா காந்தி ஆங்கிலேயர்களுக்கெதிரான ஒத்துழையாமை இயக்கத்தைக் கைவிட்டதை எதிர்த்து சுயராஜ்ய கட்சியை நிறுவினார் சித்தரஞ்சன் தாஸ். உடல்நலன் குன்றி டார்ஜிலிங்கில் வசித்தபோது மகாத்மா காந்தி சந்தித்து நலம் விசாரித்ததோடு மட்டுமின்றி இவருடன் சில நாட்கள் தங்கியுமிருக்கிறார். தேசபந்து சி.ஆர்.தாஸ் மீதான எனது அன்பு எல்லையில்லாதது என்று தெரிவித்தார் காந்தி.

இறப்பதற்குச் சில நாட்கள் முன்பு, தான் வசித்த கொல்கத்தா வீடு மற்றும் அதனைச் சார்ந்த இடங்களைப் பொதுமக்களுக்கு எழுதி வைத்துவிட்டார். இப்போது அது சித்தரஞ்சன் சேவாசதன் என்ற பெயரில் மருத்துவமனையாகச் செயல்பட்டுவருகிறது.

தமிழகத்தில் அறிஞர் அண்ணா பெயரில் நகர், பூங்கா, தெரு, நூலகம் போன்றவை இருப்பதுபோல, வங்காளத்தில் சித்தரஞ்சன் தாஸ் அவர்களின் நினைவைப் போற்றும் வகையில் கல்லூரி, தொழிற்சாலை, சங்கங்கள், பூங்கா, சாலைகள் என அனைத்திற்கும் சித்தரஞ்சன் தாஸின் பெயர் சூட்டப்பட்டிருக்கிறது.

12

சயாஜிராவ் கெய்க்வாட் III

இந்த அஞ்சல் தலையில் இருப்பவர் பரோடா மகாராஜா சயாஜிராவ் கெய்க்வாட் III. 1875 முதல் 1939 வரை பரோடா சமஸ்தானம் எனப்படும் தற்போதைய குஜராத் மாநிலப் பகுதிகளை ஆண்ட அரசர்.

பெரும்பாலான இந்தியப் பகுதிகளை ஆங்கிலேயர்கள் ஆண்டதால், பரோடா ராஜாவான இவரது புகழ் சரிவரப் பரவவில்லை அல்லது நாம் தெரிந்து கொள்ளவில்லை எனலாம். ஒருவேளை இந்தியா முழுதும் இவரது ஆளுகையின் கீழ் இருந்திருந்தால்

இந்தியாவிற்குக் கிடைத்த மாபெரும் அரசராக இவர் இருந்திருப்பார்.

1863ம் ஆண்டு நாசிக் மாவட்டத்தில் ஒரு மராத்தா குடும்பத்தில் பிறந்தவர் கோபால் ராவ் என்ற இயற்பெயர் கொண்ட சயாஜி. பரோடா சமஸ்தானத்தின் குழப்பமான காலகட்டத்தில் வேறுவழியின்றி மஹாராஜாவாகப் பதவி ஏற்றார் மல்ஹாராவ். ஊதாரியான அவர் பல நிர்வாக சீர்கேடுகளைச் செய்ததாகச் சொல்கிறார்கள்.

இது ஆங்கிலேய அரசின் கவனத்திற்குச் சென்றது. மல்ஹாராவை சென்னைக்கு நாடு கடத்திவிட்டு புதிய அரசரை நியமிக்குமாறு மகாராணி ஜாம்னாபாய்க்கு உத்தரவிட்டார், இந்திய மாநிலங்களுக்கான செயலாளர் சலிஸ்பரி பிரபு.

வாரிசு என்ற முறையில் மொத்தம் மூன்று பேர் பரோடா அரண்மனைக்குத் தம்மை முன்னிறுத்த வந்தார்கள். அவர்கள் ஆனந்த் ராவ், கோபால் ராவ் மற்றும் சம்பத் ராவ்

“ஏன் இங்கே வந்திருக்கிறீர்கள் தெரியுமா?” என்ற கேள்விக்கு, இந்த பரோடா சமஸ்தானத்தை ஆள்வதற்கு வந்திருக்கிறேன் என்றார் கோபால் ராவ்.

ஆக, ஆங்கிலேய அரசு தேர்வு செய்து நியமித்த அரசர்தான் கோபால் ராவ். இவ்வாறு, 1863ல் பிறந்த கோபால் ராவ் 1875ம் ஆண்டு மிக இளம் வயதிலேயே அரியணை ஏறினார். 1881ம் ஆண்டு முழு அதிகாரம் அவரது கையில் வரும்வரை மாதவ் ராவ் அவரை வழிநடத்தினார்.

ஆங்கிலேய அரசு அவரை கௌரவப்படுத்த வழங்கிய பட்டப்பெயர்தான் சயாஜி. பரோடா ராஜ்ஜியத்தில் பல்வேறு சமூக சீர்திருத்தங்களுக்கு அடிகோலியவர் அவர். இளவயது திருமண எதிர்ப்பு, விவாகரத்தை முறைப்படுத்துதல், தீண்டாமை ஒழிப்பு, கல்விக்கூடங்கள் அமைத்தல், இலக்கியம், ஓவியம் இசை நாட்டியம் போன்ற கலைகளுக்கு ஆதரவளித்தார் சயாஜி. இதுபோன்ற நடவடிக்கைகள் அரசருக்குப் புகழை ஈட்டித் தந்தன.

ஜவுளித் தொழிலில் பரோடா சமஸ்தானம் முன்னிலை பெற வேண்டும் என்று ஆலைகள் தொடங்க ஒப்புதல் அளித்தார். வர்த்தகத்திற்கு ஏதுவாக அவர் தொடங்கிய வங்கிதான் இப்போதும் செயல்பட்டுக்கொண்டிருக்கும் பேங்க் ஆஃப் பரோடா.

ஆங்கிலேய அரசால் அடையாளம் காணப்பட்டு நியமிக்கப்பட்டவராக இருந்தாலும் தன்னிச்சையாகச் செயல்படுவதில் சயாஜி ஆர்வம் காட்டினார். அதனால் பல சமயங்களில் ஆங்கிலேய அரசோடு வாக்குவாதத்தில் ஈடுபட்டார். சயாஜிராவ் கெய்க்வாட் அவர்கள், இந்திய தேசிய காங்கிரசுக்கு வெளிப்படையான ஆதரவு அளித்ததால் ஆங்கிலேயரின் கோபத்திற்கு ஆளானார்.

பனாரஸ் இந்து பல்கலைக்கழகத்தின் மத்திய நூலகம் அமைய முழு நிதியுதவி அளித்தார். மிகப்பெரிய அஜ்வா நீர்த்தேக்கம் அமைத்து பரோடா நகரத்தின் குடிநீர்ப் பிரச்சினையை நிரந்தரமாக நீக்கினார். ரயில் போக்குவரத்தில் மிகவும் ஆர்வம் காட்டியவர் தனது சமஸ்தானத்தில் ரயில் பாதைகளை விரிவுபடுத்த ஒப்புதல் அளித்தார்.

டாக்டர் அம்பேத்கர் அவர்களுக்கு நிதியுதவி அளித்து அவரின் வானளாவிய வளர்ச்சிக்குப் புரவலராக இருந்துள்ளார். மிகச் சிறந்த நபர்கள் பரோடா சமஸ்தானத்தில் பணிபுரியவேண்டும் என்று ஒவ்வொரு வருடமும் இங்கிலாந்து சென்று நபர்களைத் தேர்வு செய்து அழைத்து வந்துள்ளார்.

இந்தியாவின் மிகச்சிறந்த ஓவியரான ராஜா ரவி வர்மா அவர்கள் சயாஜிராவ் கெய்க்வாட் III அவர்களின் அரசவையை அலங்கரித்தார். 1939ம் ஆண்டு தனது 63வது வயதில் மரணமடைந்தார், சயாஜிராவ் கெய்க்வாட் III.

13

மாஸ்டர் தாரா சிங்

சென்ற நூற்றாண்டின் முதல் பாதியில் சீக்கியர்களுக்காக, அவர்களது உரிமைகளுக்காகத் தீவிரமாகக் களமாடிய போராளி தாராசிங் அவர்கள். தற்போது பாகிஸ்தானில் இருக்கும் ராவல்பிண்டியில் பிறந்த தாராசிங், பள்ளி கல்லூரி பருவத்திலேயே ஆளுமை மிக்கவராக விளங்கினார். பிரச்சினைகளுக்கு முதலில் குரலெழுப்புவது, அதனைத் தீர்க்க நடவடிக்கைகள் எடுப்பது, தீர்வு கிடைக்கும்வரை இடைவிடாது போராடுவது போன்ற போராட்டக் குணங்களைக் கொண்டிருந்தார்.

அதனாலேயே அவரை அனைவரும் மாஸ்டர் மாஸ்டர் என்று அழைத்தனர். அதுவே காலப்போக்கில் அவரது அடைமொழியாகி அவர் மாஸ்டர் தாரா சிங் ஆனார். 1930 முதல் 1966 வரை ஆங்கிலேய அரசிற்கு எதிராகவும் சுதந்திர இந்திய அரசிற்கு எதிராகவும் வெவ்வேறு போராட்டங்களுக்காக 14 முறைகள் கைது செய்யப்பட்டு சிறை சென்றிருக்கிறார்.

இந்தியாவில் காங்கிரஸிற்கு அடுத்த பழைமை வாய்ந்த அரசியல் கட்சியான சிரோமணி அகாலி தள், அவரது தலைமையின் கீழ் வந்தபிறகுதான் வலுப்பெற்றுப் பிரபலமடைந்தது.

இந்திய விடுதலைக்கு முன்பே சீக்கியர்களுக்கென்று தனி அந்தஸ்துடன் கூடிய தனி மாநிலம் வேண்டும் என்று கோரியவர் தாரா சிங். அதனாலேயே லாகூர் தீர்மானத்தை எதிர்த்து இந்திய - பாகிஸ்தான் பிரிவினையை தான் விரும்பவில்லை என்று தெரிவித்தார்.

இந்திய விடுதலைக்குப் பின்னர் சீக்கியர்களுக்கென்று தனி மாநிலம் கோரி அம்ரிஸ்தர் பொற்கோயில் வளாகத்தில் தொடர் உண்ணாவிரதத்தை மேற்கொண்டார். மத அடிப்படையில் மாநிலம் கேட்பது நல்லதல்ல என்று பிரதமர் பண்டிட் ஜவாஹர்லால் நேரு அறிவுறுத்தியும் 48 நாட்கள் நீண்டது அந்தப் போராட்டம்.

1966ம் ஆண்டு மொழி அடிப்படையில் மாநிலங்கள் பிரிக்கப்பட்டபோது ஹரியானாவைத் தவிர்த்து பஞ்சாப் உருவானதால் சமரசம் பிறந்தது. 1967ம் ஆண்டு தனது இலட்சியம் நிறைவேறியது என்ற பெருமிதத்துடன்தான் நிச்சயம் மறைந்திருப்பார், மாஸ்டர் தாரா சிங்.

14

பாய் கணைய்யாஜி

சிலநேரம் நம் கற்பனை கதாபாத்திரங்களைவிடவும் ரத்தமும் சதையுமாக வாழும் மனிதர்கள் நம்மை வியப்பில் ஆழ்த்திவிடுவார்கள். பொதுவாக அஞ்சல்தலைகளில் ஆளுமைகளின் முகமே பிரதானமாக இருக்கும். ஆனால் இந்த அஞ்சல்தலையில் இருப்பவர் ஏதோ செய்துகொண்டிருப்பது போலிருக்கிறது.

இவர் பெயர் பாய் கணைய்யா. இப்போது பாகிஸ்தானில் இருக்கு சிந்து மாகாணத்தின் சிலால்கோட் பகுதியில் 1648ம் ஆண்டு பிறந்தவர். சிறுவயதிலேயே ஏழை

எளிய நண்பர்களுக்கு உதவும் பண்புகளை இயல்பாகவே கொண்டிருந்தார்.

வாலிப வயதில் சீக்கியர்களின் 9வது குரு தேஜ் பகதூரைச் சந்தித்தார், கணைய்யாஜி. அவர் வழியாக சீக்கிய மத குருவான குரு கோவிந்த் சிங் அறிமுகமானார். சீக்கிய மத கொள்கைகளால் ஈர்க்கப்பட்டு சீக்கிய மதத்தைத் தழுவினார் பாய் கணைய்யாஜி. குரு கோவிந்த் சிங்குடனே வசித்தவர் அவருக்குத் தண்ணீர் தரும் சேவகனாகப் பணி புரிந்தார்.

ஜாதி மதம் ஏழை பணக்காரன் என்ற வேறுபாடு பார்க்காமல் அன்னதானம் வழங்கும் உணவுக் கூடத்தில் தண்ணீர் வழங்கும் பணியைத் தொடர்ந்தார். பாய் கணைய்யாஜியிடம் ஆட்டுத்தோலில் செய்யப்பட்ட பை ஒன்று இருந்தது. அதில் தண்ணீர் சேகரித்து வைத்துக்கொள்ளலாம். ஒரு தண்ணீர் பையாக அது செயல்பட்டது.

அவர் எப்போது வெளியே சென்றாலும் தண்ணீர் நிரம்பிய ஆட்டுத்தோல் பையோடுதான் செல்வார். தாகத்துடன் செல்லும் வழிப்போக்கர்களுக்குத் தண்ணீர் புகட்டுவதை ஒரு கடமையாகவே சிரமேற்கொண்டு செய்து வரலானார்.

1704ம் ஆண்டு இராஜபுத்திரர்களும் முகலாயர்களும் சிந்து மாகாணத்தை நோக்கிப் படையெடுத்தனர். அந்தப் போர்க்களத்தில் பாய் கணைய்யாஜியும் காணப்பட்டார். போரிடுவதற்கு அல்ல, தண்ணீர் புகட்டுவதற்காக.

ஆம். ஆட்டுத் தோலால் ஆன தண்ணீர் பையைச் சுமந்துகொண்டு போர்க்களத்தை வலம் வந்த கணைய்யாஜி, போரில் காயம்பட்டுத் தவித்துக்கொண்டிருக்கும் படை வீரர்களுக்கு அவர்கள் சீக்கிய வீரர்களாக இருந்தாலும் சரி; இராஜபுத்திர வீரர்களாக இருந்தாலும் சரி; முகலாய வீரர்களாக இருந்தாலும் சரி; தன் கடன் தவித்த வாய்க்குத் தண்ணீர் கொடுப்பது என்ற தாரக மந்திரத்தை மனதில் நிறுத்தி அனைவருக்கும் தண்ணீர் வழங்கினார்.

இதனால் எரிச்சல் அடைந்தது சீக்கிய வீரர்கள்தான். நமது வீரர்களுக்கும் மட்டும் தண்ணீர் வழங்குவதுதானே....என்ற புகாருடன் குருவைச் சந்தித்தனர். குரு கோவிந்த் சிங்கிடம் வந்த கணைய்யாஜி நான் போர்க்களத்தில் அடிபட்டு வாடும் மனிதர்களை மட்டுமே பார்த்தேன்; சீக்கியர் முகலாயர் என்ற வேறுபாடு எனக்குத் தெரியவில்லை என்றார்.

பாய் கணைய்யாஜியின் இந்தப் பதிலால் மகிழ்ந்துபோன குரு, ஏழைகளுக்கு இலவச உணவு வழங்கும் சேவாபந்தி எனும் சேவையைத் தொடங்கச் சொன்னார். இன்று நீங்கள் உலகில் எந்த ஒரு குருத்துவாராவிற்குச் சென்று உணவு அருந்தினாலும் அது இந்த அஞ்சல்தலையில் உள்ள பாய் கணைய்யாஜி அவர்கள் 300 ஆண்டுகளுக்கு முன் இட்ட முதல் பிடியிலிருந்து தொடங்கியது என்று ஒரு வினாடி நினைத்தாலே போதும்.

ஆட்டுத்தோல் தண்ணீர் பையுடன் பாய் கணைய்யாஜி தண்ணீர் புகட்டுவதுபோல் இந்த அஞ்சல்தலை மிகப்பொருத்தமாக வடிவமைக்கப்பட்டுள்ளது.

15

சந்திர சிங் கர்வாலி

"சந்திர சிங் கர்வாலியைப்போல் 100 பேர் இருந்திருந்தால் இந்தியாவிற்குப் பல வருடங்களுக்கு முன்பே விடுதலை கிடைத்திருக்கும்." இதைக் கூறியவர் மகாத்மா காந்தி.

ஒரு காவல்துறை அதிகாரியாகவோ அல்லது வேறு அரசு அதிகாரியாகவோ நாம் இருந்தால், ஏழ்மையில் இருக்கும் அல்லது அப்பாவி நபர்கள் மீது புகார் வருமாயின் அது பாதகமில்லா சிறிய குற்றமாக இருந்தால் அவரை மன்னித்து விட்டுவிடுவது;

சாதகமாக வேண்டிய அரசாங்கக் காரியத்தை எளிதில் முடித்துக் கொடுப்பது என்றெல்லாம் நான் நினைத்துப் பார்ப்பதுண்டு. இது அரசு விதிகளுக்கு மீறிய செயலாக இருக்கலாம். மேலதிகாரிகள் துறை ரீதியான நடவடிக்கையும் எடுக்கலாம்.

இந்திய விடுதலைக்கு முன்பு ஆங்கிலேய அரசாங்கத்தில் பணி புரியும் இந்திய உயர் அதிகாரிகளில் எவராவது விடுதலை போராட்டக்காரர்களுக்குச் சாதகமாக நடந்துகொண்டிருக்கலாம் அல்லவா? அவர்கள் மீது வன்முறையைப் பிரயோகிக்காமல் இருக்கலாம் அல்லவா? தான் சம்பளம் வாங்கும் அரசாங்கத்திற்கு எதிராகச் செயல்படுவதற்கு ஒரு துணிவு வேண்டும் அல்லவா? அப்படி யாராவது இருந்திருப்பார்களா?

இந்த அஞ்சல்தலையில் இருக்கும் சந்திர சிங் கர்வாலி அப்படிப்பட்டவர்தான்.

1930 ஆம் ஆண்டு இந்தியாவின் வடமேற்குப் பகுதியான பெஷாவரில் ஆங்கிலேய அரசுக்கு எதிராக மாபெரும் கிளர்ச்சி ஒன்று நடந்தது. மகாத்மா காந்தியின் ஒத்துழையாமை போராட்டத்தின் ஓர் அங்கமாக அதனைத் தலைமை ஏற்று அங்கே நடத்தியவர் எல்லை காந்தி என்று அழைக்கப்படும் கான் அப்துல் கஃபார் கான்.

வடமேற்கில் வசிக்கும் பதான் என்ற பிரிவைச் சேர்ந்த இஸ்லாமியர்கள் இந்திய தேசிய காங்கிரசுக்கு ஆதரவாக செயல்பட்டது ஆங்கிலேயர்களுக்கு எரிச்சலை ஏற்படுத்தியது. கிளர்ச்சியை முற்றிலும் ஒடுக்க அங்கே ராணுவப் படையை அனுப்ப முடிவெடுத்தது அரசு. தந்திரமாக, அந்தப் பகுதியைச் சேராத வேறொரு ரெஜிமெண்ட்டிலிருந்து படையை அனுப்பியது. அது தற்போது உத்தரகாண்ட்டில் இருக்கும் கர்வால் படைப் பிரிவு.

வேறொரு ரெஜிமெண்ட்டிலிருந்து வரும் அவர்கள்தான் பாரபட்சம் பச்சாதாபம் ஏதும் பார்க்காமல் மேலிருந்து வரும் உத்தரவுப்படி நடப்பார்கள்.

அந்த கர்வால் ரெஜிமெண்ட்டின் முன்னணி ஆயுதம் தாங்கிய படை வீரர்தான் சந்திர சிங் கர்வாலி.

விடுதலை முழக்கங்களையே ஆயுதங்களாக ஏந்தி சீக்கிய இஸ்லாமிய போராளிகள் அணிவகுப்பு நடத்தினர்.

இஸ்லாமியர்களோ அல்லா ஹூ அக்பர்; மகாத்மா காந்திக்கே வெற்றி என்று கஃபார் கான் தலைமையில் முழக்கமிட்டனர்.

ஆங்கிலேய அதிகாரி கேப்டன் ரிக்கெட், வீரர்கள் அனைவரையும் தத்தமது துப்பாக்கிகளில் குண்டுகளை முழுவதும் நிரப்பிக் கொள்ளுமாறு உத்தரவிட்டார். இராணுவப் படை அதன்படி தயாரானது.

ரிக்கெட் போராளிகள் கூட்டத்தை நோக்கி, "கலைந்து செல்லுங்கள். இல்லையேல் உங்கள்மீது குண்டு மழை பொழியும். உயிரை இழக்க நேரிடும். எச்சரிக்கை! எச்சரிக்கை! எச்சரிக்கை!" என்று ஓலமிட்டார்.

காந்திய போராளிகள் ரிக்கெட் சொன்னதைக் காதில் வாங்காமல் தங்களது கோஷத்தைத் தொடர்ந்தனர்.

"அல்லா ஹூ அக்பர்; மகாத்மா காந்திக்கே வெற்றி" என்று கோஷமிட்டனர்.

ஆத்திரமடைந்த ஆங்கிலேய அதிகாரி கேப்டன் ரிக்கெட் படை வீரர்களை நோக்கித் திரும்பிச் சுடும் உத்தரவை இடுகிறார். அங்கே கேப்டன் ரிக்கெட் இன்னொரு ஜெனரல் டயராக மாறியிருந்தார். பெஷாவர் இன்னொரு ஜாலியன் வாலாபாக் ஆக மாறிக் கொண்டிருந்தது.

கேப்டன் ரிக்கெட்டிற்கு இடதுபுறம் அடுத்த அதிகாரியாக நின்றிருந்த சந்திர சிங் கர்வாலி, ஒரு வினாடிகூட தாமதிக்காமல்... "கேப்டன் ரிக்கெட்டின் சுடும் உத்தரவை மதிக்காதீர்கள்; ஆயுதம் இன்றி போராடும் இவர்களைச் சுடாதீர்கள். வீரர்களான நமக்கு அது அழகல்ல. இவர்கள் நம் மக்கள்" என்று உணர்ச்சி வயப்பட்டு எதிர் உத்தரவு பிறப்பிக்கிறார். வீரர்கள் அனைவரும் சந்திர சிங் கர்வாலியின் உத்தரவிற்குக் கட்டுப்பட்டு தங்களது துப்பாக்கியைக் கீழே வைத்து விடுகிறார்கள். உதய் சிங் என்ற வீரர் ஒருபடி மேலே சென்று பதான்களிடம் இதோ என் துப்பாக்கி. எங்களைச் சுடுங்கள் என்கிறார்.

ஆத்திரமுற்ற கேப்டன் ரிக்கெட்டிடம் சந்திர சிங் கர்வாலி மீண்டும் சொன்னார், "ஆயுதம் ஏந்தா அமைதிப் போராளிகளை நாங்கள் சுடமாட்டோம்."

இது சரிவராது என்று ஆங்கில இராணுவ வீரர்களை வரவழைத்தார் கேப்டன் ரிக்கெட். அவர்கள் போராளிகள் மீது வன்முறை தாக்குதலில் ஈடுபட ஆரம்பித்தனர். ஆங்கிலேய -

இந்திய இராணுவ வீரர்களிடையே மோதல் முற்றியது. அதில் கேப்டன் ரிக்கெட் கொல்லப்பட்டார்.

சந்திர சிங் கர்வாலி தனது சக படை வீரர்களுடன் அங்கிருந்து தப்பினார். பின்னர் சந்திர சிங் மற்றும் அவரது சகாக்கள் கைது செய்யப்பட்டு சிறையில் அடைக்கப்பட்டனர்.

மரண தண்டனை விதிக்கப்பட்டுப் பின் 14 வருடக் கடுங்காவல் தண்டனையாக அது மாறியது. விடுதலையாகி வெளியே வந்ததும் சில காலங்கள் காந்தியின் சபர்மதி ஆசிரமத்தில் அவருடன் தங்கியிருந்தார். இந்திய விடுதலைக்குப் பின் சமூக சேவையில் பெரும் விருப்பத்துடன் ஈடுபட்டார்.

இலவசக் கல்விக்காகத் தொடர் போராட்டம் நடத்தினார். ஜமீன்தாரி முறைக்கு எதிராகக் குரலெழுப்பினார். மருத்துவ வசதி அனைவருக்கும் கிடைக்கவேண்டும் என்று கோரிக்கை வைத்தார். ஆனால் எல்லாம் விழலுக்கிறைத்த நீராகப் போனது.

அதிகாரம் இருந்தால் தாமே நேரிடையாக இதையெல்லாம் செய்யலாமே என்று தேர்தல் அரசியலில் இறங்கினார். காங்கிரஸ் கட்சியோ அவருக்கு சீட் கொடுக்க மறுத்துவிட்டது. கம்யூனிஸ்ட் கட்சி சார்பாகப் போட்டியிட்டார். மக்கள் சந்திர சிங் கர்வாலியைத் தோற்கடித்தனர்.

குடிசை ஒன்றில் மிகவும் வறுமையில் வாழ்ந்து வந்த சந்திர சிங் கர்வாலிக்கு 16 ரூபாய் சுதந்திரப் போராட்டப் தியாகிகள் உதவித் தொகை வழங்கப்பட்டது. 14,000 ரூபாய் கடனில் அவர் வாழ்க்கையை நடத்தி வந்தார். தனது வறுமையைப் பற்றி உத்தரபிரதேச அரசிற்குக் கடிதம் எழுதினார். அரசாங்கம் அவரை வாழ்த்தி, ‘தங்களது மாத உதவித்தொகை ரூ 14 ஆக உயர்த்தப்பட்டு வாழ்நாள் முழுதும் வழங்கப்படும்’ என்ற ஆணை வந்தது. வறுமையிலேயே வாழ்ந்து 1979ம் ஆண்டு மறைந்தார், சந்திர சிங் கர்வாலி.

ஜாலியன் வாலாபாக் போன்ற மற்றொரு கொடூரமான படுகொலை அன்று நடந்திருக்க வேண்டியது. அதனைத் தடுத்தவர் கர்வாலி.

இப்போது அவரது பெயரில் மருத்துவ, விவசாயக் கல்லூரிகள், அரசின் பல வேலை வாய்ப்புத் திட்டங்கள் செயல்படுகின்றன. சந்திர சிங் கர்வாலி உயிரோடு இருந்தபோதே இராகுல் சாங்கிருத்தியாயன் ‘வீர் சந்திர சிங் கர்வாலி’ என்று அவரைப்பற்றிய புத்தகத்தை ஹிந்தியில் எழுதியுள்ளார்.

16

ஸ்ரீமத் ராஜ்சந்திரா

ராவ்ஜிபாய் மேத்தா என்கிற வைணவத் தந்தைக்கும், தேவ்பாய் என்கிற சமண ஸ்வேதாம்பர அன்னைக்கும் மகனாக லட்சுமிநந்தன் அவர்கள் 1867ல் நவம்பர் – 9 கார்த்திகை பௌர்ணமி அன்று குஜராத் மாநிலத்தில் பிறந்தார்.

ஆகையால் இளம் வயதிலிருந்தே அவருக்கு இந்து மதமும் சமண மதமும் பரிச்சயமாகி வந்தது. அவருக்கு நான்கு வயதானபோது ராய்சந்த் என்று அவரது பெற்றோர் அவர் பெயரை மாற்றி வைத்தனர். அதுவே ராஜ்சந்திரா என்ற சம்ஸ்கிருத பெயராகப் பின்னர் மாறியது.

1874ம் ஆண்டு, ராஜ்சந்திரா ஏழு வயதாக இருந்தபோது தனது பூர்வ ஜென்மங்களைப் பற்றி அறியலானார். அதைப்பற்றி தனது நண்பருக்கு இவ்வாறு தெரிவிக்கிறார்:

"எனது கிராமத்தில் உடல் பலம் மிக்க அமிசந்த் என்ற நபர் இருந்தார். திடீரென ஒருநாள் பாம்பு கடித்து அவர் இறந்துவிட்டார். அப்போது எனக்கு இறப்பு என்றால் என்னவென்றே தெரியாது. எனது தாத்தாவிடம் இறப்புக்கான அர்த்தம் என்னவென்று வினவினேன். அவர் எனது கேள்விக்குப் பதிலளிக்காமல் உணவருந்தி முடிக்கச்சொன்னார். அவரைப் பதிலளிக்க வற்புறுத்தினேன் நான். இறுதியில் 'நம் உடலிலிருந்து ஆன்மா வெளியேறுவது தான் இறப்பு. ஆன்மா இல்லாத உடலிற்கு இயக்கங்கள் ஏதும் இராது. அது அழிந்து போகும் என்பதால் அப்படிப்பட்ட ஆன்மா இழந்த உடலை மயானத்தில் எரித்து சாம்பலை அருகிலிருக்கும் ஆற்றில் கரைப்பார்கள்' என்றார்.

பிறகு யாருக்கும் தெரியாமல் ரகசியமாக நான் மயானத்திற்குச் சென்று அங்கிருந்த கருவேல மரத்தில் ஏறி அமர்ந்துகொண்டேன். இறந்த மனிதன் ஒருவனின் ஈமச்சடங்குகள் அனைத்தையும் கவனித்தேன். இறந்த உடலை எரியூட்டியவர் மிகக் கொடூரமனம் கொண்டவர் என உணர்ந்தேன். அதன்பின் தொடர்ச்சியாக இறப்பின் இயல்புகள் பற்றிய நினைவுகளில் மூழ்கினேன். அதன் பயனாக எனது முற்பிறவிகளை நினைவுகூர முடிந்தது."

மேற்கண்ட சம்பவமே உலகைப்பற்றி ராஜ்சந்திராவிற்கு உணர்த்தியது.

தனது எட்டு வயதில் கவிதைகள் எழுதத் தொடங்கினார். ஒன்பது வயதில் ராமாயண மகாபாரதச் செய்யுள்களை எழுதினார். பத்தாவது வயதில் முதிர்ச்சி அடைந்து பொதுமக்களிடம் உரையாட ஆரம்பித்துவிட்டார். பதினோராம் வயதில் ஆன்மிகக் கட்டுரைகளைச் செய்தித்தாள்களில் எழுதத்தொடங்கினார். பன்னிரண்டாம் வயதில் 300 செய்யுள்கள் கொண்ட தொகுப்பை வெளியிட்டார். அதனால் இளங்கவி என்ற பட்டப்பெயரால் அழைக்கப்பட்டார்.

1890ம் ஆண்டு ஒரு மாமரத்தின் அடியில் தியானித்திருந்தபோது சுயத்தை உணர்ந்து அகவிடுதலை அடைந்தார். பின்னர் தனது போதனைகளைச் சீடர்களுக்கு வழங்கலானார்.

மகாத்மா காந்தி அவர்களுக்கு ஆன்மிக வழிகாட்டியாக இருந்தவரும் இவர்தான். 1891ல் இருவரும் மும்பையில் சந்தித்துக்கொண்டனர். அதன்பின் பல்வேறு ஆன்மிக உரையாடல்கள் கடிதங்கள் மூலம் நிகழ்ந்தன. சத்தியசோதனை புத்தகத்தில் ராஜ்சந்திராவை தனது வழிகாட்டியாகவும் உறுதுணையாளராகவும் குறிப்பிடுகிறார், காந்தி.

காந்தியை இந்து மதத்தைப் பற்றி ஆழமாக வாசிக்க அறிவுறுத்தியதும் இவரே. ராஜ்சந்திராவின் போதனைகளே காந்தியின் விடுதலை போராட்ட அஹிம்சை தத்துவத்திற்கு விதைகள் தூவின.

பல்வேறு தத்துவ ஆன்மிக நூல்களை எழுதியும் மொழிபெயர்த்துமிருக்கிறார். அவரது சீடர்களால் 'ஶ்ரீமத்' என்ற அடைமொழியுடன் அழைக்கப்பட்டார்.

ஜீரண கோளாற்றால் அவதியுற்ற ஶ்ரீமத் ராஜ்சந்திரா, பெருமளவு உடல் எடை இழந்து மெலிந்துபோய் ஏப்ரல் 9, 1901ம் ஆண்டு மறைந்தார். அப்போது அவருக்கு வயது 33தான்.

17

ஹென்னிங் ஹோல்க் லார்சன்

*1907*ம் ஆண்டு டென்மார்க்கில் பிறந்த ஹென்னிங் ஹோல்க் லார்சன், தனது பொறியியல் படிப்பை முடித்துவிட்டு *1937*ம் ஆண்டு இந்தியாவிற்கு வந்தார். அங்கு பம்பாயில் அவருடைய நாட்டைச் சேர்ந்த ஒரு தொழிற்சாலையில் பணியாளராகச் சேர்ந்தவர், தனது வகுப்புத்தோழன் சோரன் கிரிஸ்டன் டுப்ரோவைச் சந்தித்தார். அவர்கள் இருவரும் ஒருமுறை விடுமுறையைக் கழிப்பதற்காக பம்பாய்க்கு அருகே ஒரு மலை வாசஸ்தலத்திற்குச் சென்றனர். அங்குதான்

இருவரும் சேர்ந்து தனியே தொழில் தொடங்கும் முடிவை எடுத்தார்கள்.

*1938*ல் லார்சன் & டுப்ரோ என்ற நிறுவனத்தை ஆரம்பித்துத் தங்களது உற்பத்திப் பொருட்களை ஐரோப்பிய நாடுகளுக்கு ஏற்றுமதி செய்து வந்தனர். வியாபாரம் நன்றாக நடந்து கொண்டிருந்தபோது இரண்டாம் உலகப்போரினால் ஐரோப்பிய நாடுகள் இறக்குமதிகளைத் தடை செய்தது. அதனால் தற்காலிகத் தடை ஏற்பட்டது. பின்னர் இந்தியத் தேவைகளுக்கான தயாரிப்புகளைத் தொடங்கினர். நிறுவனம் வேகமாக வளர்ந்தது.

இந்திய விடுதலைக்குப்பின் கொல்கத்தா, சென்னை மற்றும் டெல்லியில் தங்களது தொழில் நிறுவனங்களை விரிவுபடுத்தினர். அப்போதிலிருந்து இன்றுவரை L&T இந்தியக் கட்டுமானத்தொழில் நிறுவனங்களில் முன்னணியில் இருந்து வருகிறது.

டென்மார்க்கில் பிறந்திருந்தாலும் என்னைத் தத்தெடுத்த தாய்நாடு இந்தியா என்று பெருமையாகச் சொல்வாராம் ஹெனிங் ஹோல்க் லார்ஸன்.

18

கந்துகுரி வீரேசலிங்கம்

சமூகத்தில் ஒளிந்திருக்கும் மூடப்பழக்கவழக்கப் பேய்களுக்கெதிராகப் போர் புரிந்த வீரர். பிரம்ம சமாஜக் கொள்கைகளால் ஈர்க்கப்பட்டு அதன் வழியே சமூக மாற்றங்களை ஏற்படுத்தத் துடித்த எழுத்தாளர். பெண் கல்விக்காக முதன்முதலாகக் குரல் கொடுத்த ஆரம்பக்கட்டச் சீர்திருத்தவாதிகளில் ஒருவர்.

விதவை திருமணத்தை ஆதரித்துப் பேசியும் எழுதியும் வந்த துணிச்சல்காரர். சிறார் திருமணத்திற்கும் வரதட்சணைக்கும் எதிராக குரல் உயர்த்தி சமர்

புரிந்தவர். ஒடுக்கப்பட்ட தாழ்த்தப்பட்ட மக்களின் முன்னேற்றத்திற்கான தீப்பொறியைப் பற்ற வைத்தவர்.

ராஜாராம் மோகன் ராய் அவர்கள் இந்திய அளவில் என்னென்ன சமூக சீர்திருத்தங்களைச் செய்தாரோ அதனை மாநில அளவில் செய்தவர். சிறுவனாக இருந்தபோதே சமூகத்தில் தொன்றுதொட்டு நடைமுறையில் இருக்கும் மூடப்பழக்கங்களை எதிர்த்துப் பேசியவர்.

ஜாதி ஒழிப்பிற்குத் தீவிரப் பிரசாரம் செய்தவர். அதற்குக் கலப்புத் திருமணமே தீர்வு என்று முன்மொழிந்தவர். தீண்டாமைக்கு எதிராகத் தொடர் போராட்டம் நடத்தியவர். ஏழைகளுக்கெதிரான அநீதிகளுக்குச் சட்ட ரீதியான நடவடிக்கைகள் எடுக்கத் தயங்காதவர்.

தெலுங்கின் முதல் நாவலான 'ராஜசேகர சரித்ரமுலுவை எழுதியவர். 'விவேக வர்த்தினி' என்ற பெண் கல்விக்கான இதழைத் தொடங்கியவர். பெண்களின் நலனுக்காக 'சதிஹித்தா போதினி' எனும் மாத இதழை ஆரம்பித்தவர். மறுமண இயக்கத்தைத் தொடங்கி தனது மாணவர்களை ஆந்திரா எங்கிலும் சென்று விதவைகளை மணம் புரிய வைத்தவர்.

இவரது சேவைகளைப் பாராட்டி அப்போதைய பிரிட்டிஷ் அரசாங்கம் 1893ல் ராவ் பகதூர் பட்டம் வழங்கியது. 1885ம் ஆண்டு இந்தியத் தேசிய காங்கிரஸ் தோற்றுவித்தபோது நடந்த முதல் கூட்டத்தில் பங்கேற்றவர். அவர்தான் இந்த அஞ்சல்தலையில் இருக்கும் ஆந்திராவைச் சேர்ந்த, கந்துகுரி வீரேசலிங்கம்.

19

ஜெ ஆர் டி டாடா

டாடா குழுமத்தை உருவாக்கிய ரத்தன்ஜி தாதாபாய் டாடாவின் முதல் மனைவி ஒரு பார்ஸி பெண். அவருக்குக் குழந்தை பாக்கியம் இல்லை. ஆகவே பிரெஞ்சு பெண்மணி சூசன் என்பவரை 1902ல் மணந்தார் டாடா. இந்தியாவில் கார் ஓட்டிய முதல் பெண்மணி சூசன் ஆவார்.

அவருக்கு ஐந்து குழந்தைகள். அதில் ஒருவர்தான் ஜெஹாங்கீர். ஜெஹாங்கீர் ரத்தன்ஜி தாதாபாய் டாடா சுருக்கமாக J R D TATA என்று அழைக்கப்பட்டார்.

இந்தியாவில் முதன்முதலில் கராச்சி – மதராஸ் இடையே வானூர்தி போக்குவரத்தைத் தொடங்கியவர் என்பதால் இந்திய வானூர்தி போக்குவரத்தின் தந்தை என்று அழைக்கப்படுகிறார். இவர் அடிப்படையில் ஒரு விமானி. அவர் தொடங்கிய நிறுவனமே 1946ல் ஏர் இந்தியா ஆனது.

இந்தியாவில் இன்றும் முன்னணியில் இருக்கும் தொழில் நிறுவனங்களான TATA STEELS, TATA SALT, TATA CONSULTANCY SERVICES, TATA MOTORS, TITAN, VOLTAS ஆகியவற்றைத் தொடங்கியவர் JRD TATA.

ஆசியாவிலேயே முதல் புற்றுநோய் சிகிச்சை மையத்தை பம்பாயில் தனது சர் தொராப்ஜி டாடா டிரஸ்ட் மூலம் 1932ம் ஆண்டு நிறுவினார். 1980களில் மக்கள்தொகை கட்டுப்பாடு திட்டத்தின்கீழ் ஒன்பது குடும்பக் கட்டுப்பாடு மையங்களைத் தனது செலவில் அமைத்துக் கொடுத்தார்.

இந்திய தொழில் துறையில் பெரும் பங்களிப்பு செய்தமைக்காக உயரிய விருதான பத்மவிபூஷன் மற்றும் பாரத்ரத்னா விருதுகள் வழங்கப்பட்டன.

20

தினேஷ் நந்தினி டால்மியா

1928ம் ஆண்டு ராஜஸ்தான் மாநிலம் உதய்பூரில் பிறந்தவர் தினேஷ் நந்தினி. தனது 13ம் வயதிலேயே இலக்கியத்தில் ஈடுபாடு கொண்டவராக இருந்தார். முதல்படியாகக் கவிதைகள் எழுத ஆரம்பித்துவிட்டார்.

1946ம் ஆண்டு 18 வயதில் டால்மியா குழுமத்தின் நிறுவனரான ராமகிருஷ்ண டால்மியாவைத் திருமணம் செய்துகொண்டார். திருமணத்திற்குப்பின் படிப்பைத் தொடரவேண்டும் என்று முயன்று இளங்கலை முதுகலை பட்டங்களைப் பெற்றார். ராஜஸ்தான்

மாநிலத்தில் முதல் முதுகலை பட்டம் பெற்றவரானார், தினேஷ் நந்தினி டால்மியா.

பெண்ணியவாதியாக அறியப்பட்ட இவர், பர்தா அணியும் பழக்கத்திற்கு எதிராகப் பல்வேறு கவிதைகள், கட்டுரைகள் மற்றும் சிறுகதைகள் எழுதியுள்ளார். அவரது சிறுகதைகளில் சில டாக்குமெண்டரிகளாக எடுக்கப்பட்டிருக்கிறது. நாவல்கள் சில எழுதியதன் மூலம் நாவலாசிரியராகவும் அறியப்படுகிறார்.

ஆண் பெண் பாகுபாட்டைக் களைய வேண்டும் என்று தனது எழுத்துகள் மூலம் வலியுறுத்திய தினேஷ் நந்தினி டால்மியாவிற்கு 'பத்மபூஷன்' உள்ளிட்ட விருதுகள் வழங்கப்பட்டுள்ளன.

இந்தியச் சீன நட்புக்குழு உறுப்பினராக இருந்த தினேஷ் நந்தினி டால்மியா, *2007*ம் ஆண்டு மறைந்தார்.

21

டாக்டர் சாந்தி ஸ்வரூப் பட்னாகர்

*1894*ம் ஆண்டு இப்போது பாகிஸ்தானில் இருக்கும் பஞ்சாப் மாகாணத்தில் பிறந்தவர் முனைவர் சாந்தி ஸ்வரூப் பட்னாகர். வேதியியலில் முதுகலை பட்டம் முடித்ததும் முனைவர் பட்டம் பெற லண்டனுக்குச் சென்றார். 1921ல் இந்தியா திரும்பிய அவர் பனாரஸ் இந்து பல்கலைக்கழகத்தில் பேராசிரியராகப் பணியில் சேர்ந்தார்.

மூன்று வருடங்களுக்குப்பின் லாகூரில் இருக்கும் பஞ்சாப் பல்கலைக்கழகத்தில் இணைந்தார். அங்குதான்

அவர் தனக்கென்று ஒரு தனித்த ஆய்வுப்பாதையைத் தேர்வு செய்தார்.

கூழ்ம வேதியியல் (Colloidal chemistry) துறையில் ஆராய்ச்சிகளை மேற்கொள்ளத் துவங்கினார். மேலும் காந்தவியல் வேதியியலிலும் (Magneto chemistry) கவனம் செலுத்தி இரண்டையும் எவ்விதம் இணைத்து தொழில் துறைக்கு உதவுவது என்று சிந்தித்தார்.

1928ல் மாத்தூர் என்ற அறிவியலாளருடன் இணைந்து Bhatnagar - Mathur Magnetic Interference Balance என்ற புதிய கருவியை உருவாக்கினார். ஒரு பொருளின் காந்தவியல் சக்தியை நிர்ணயிக்க அந்தக் காலத்தில் அதுவே அதிக நுண்மையான கருவியாக இருந்தது.

திரு கங்காராம் அவர்கள் தனது கரும்பு பயிர்கள் வழியே கழிவுகளாக வெளியேறும் தோலை எவ்விதமாகவாவது பயன்படுத்த எண்ணி பட்னாகரை அணுகியுள்ளார். அவர் கரும்பு தோலை எளிய வேதியியல் வினைக்கு உட்படுத்தி ஆடு மாடுகள் விரும்பி உண்ணக்கூடிய உணவுப் பண்டமாக மாற்றிக் கொடுத்தார்.

கச்சா எண்ணெய்க்காகத் துளையிடும் பணியில் ஈடுபட்டிருந்த தொழிலாளர்கள் சிக்கலை எதிர்கொண்டனர். துளையிடும்போது எந்திரம் மண் அடைப்பட்டுச் சிக்கிக்கொண்டது. இதனால் நேரம், மனித உழைப்பு, தேய்மானம் போன்ற பல்வேறு பிரச்சினைகள் தோன்றின.

இதற்குத் தனது கூழ்ம வேதியியல் மூலம் தீர்வு கண்டார் டாக்டர் சாந்தி ஸ்வரூப் பட்னாகர். கூழ்ம கரைசலை ஊற்றுவதால் மண் இளகித் துளையிடும் வேலை மிகவும் சுலபமானது. இந்தக் கண்டுபிடிப்பிற்காகக் கம்பெனி அந்தக் காலத்திலேயே அவருக்கு 15 லட்சம் ரூபாயைப் பரிசாக அளித்தது.

பெட்ரோலியம் துறையில் மேலும் ஆய்வுகளை விரிவாக்கிய அவர் மெழுகு, மினரல் எண்ணெய், மண்ணெண்ணெய் போன்றவற்றின் தரத்தை உயர்த்துவதில் பெரும் பங்காற்றினார்.

அதன்பின்பு தொழில்துறை சார்ந்த ஆராய்ச்சிகளில் கவனம் செலுத்தினால்தான் நாட்டின் பொருளாதார வளர்ச்சி உயரும் என்று உணர்ந்தார். மேலும் தன்னைப் போன்ற அறிஞர்கள்

எதிர்கால இந்தியாவிற்கு அவசியம் என்று பல்கலைக்கழகத்தில் இணைந்து பணியாற்ற முடிவு செய்தார்.

அதன்படி இந்தியாவின் முதல் தொழில்துறை ஆராய்ச்சி நிறுவனம் ஒன்றை உருவாக்கினார். மிகவும் குறைந்த நிதி உதவியில் இயங்கிவந்த அதற்கு ஆற்காடு இராமசாமி முதலியார் பெரும் ஆதரவு அளித்து BORAD OF SCIENTIFIC AND INDUSTRIAL RESEARCH (BSIR) என்ற புதிய பெயருடன் ஆராய்ச்சிகள் தொடர்ந்தன. அந்த ஆய்வு நிறுவனமே பின்னர் 1942ல் தற்போது இருக்கும் COUNCIL OF SCIENTIFIC AND INDUSTRIAL RESEARCH (CSIR) ஆனது.

CSIRன் தலைவராக இருந்து அதனை வழிநடத்திய அவருக்குப் பிரதமர் பண்டித ஜவாஹர்லால் நேரு முழு ஆதரவு அளித்தார். இந்தியாவெங்கும் உள்ள நகரங்களில் ஆராய்ச்சி நிறுவனங்களை நிர்மாணித்தார்

பல்வேறு அரசு வெளிநாட்டுப் பல்கலைக்கழகப் பட்டங்கள் விருதுகள் பதக்கங்கள் பெற்ற டாக்டர் சாந்தி ஸ்வரூப் பட்னாகருக்கு இந்திய அரசு பத்மபூஷன் விருது வழங்கி கௌரவித்தது. அவரது பெயரிலேயே இந்தியாவில் சிறந்து விளங்கும் அறிவியல் அறிஞருக்கு டாக்டர் சாந்தி ஸ்வரூப் பட்னாகர் விருது வழங்கப்பட்டு வருகிறது.

ஆங்கிலப் புத்தாண்டு 01 ஜனவரி 1955 அன்று தனது 60வது வயதில் புது டெல்லியில் திடீரென மாரடைப்பினால் மறைந்தார், டாக்டர் சாந்தி ஸ்வரூப் பட்னாகர்.

22

தாதாசாஹேப் பால்கே

தாதா சாஹேப் பால்கே, நாம் அதிகம் கேள்விப்பட்ட பெயர்தான். இந்திய சினிமா உலகின் தந்தை என்று அழைக்கப்படும் இவர் 1870ம் ஆண்டு அப்போதைய மகாராட்டிர மாநிலம் நாசிக்கில் பிறந்தார்.

இவர்தான் இந்தியாவில் முதன்முதலில் திரைப்படம் எடுத்து இயக்கி 1911ம் ஆண்டு வெளியிட்டவர். அந்தக் கருப்பு - வெள்ளை ஊமைப்படத்தின் பெயர் 'ராஜா ஹரிச்சந்திரா'.

அந்தப் படத்தை எடுக்கும் முன் நடிகர்களைத் தேர்வு செய்வதுபற்றிய எந்தப் புரிதலும் இல்லை. நாடக

நடிகர்களும் ஆர்வம் காட்டவில்லை போலும். ஆகவே தனது மாமா, மச்சான், சித்தப்பா, பெரியப்பா, அக்கா, சித்தி என தனது உறவினர்கள் பட்டாளத்தையே நடிக்க வைத்தாராம்.

தனது படிப்பு முடிந்ததும் அவர் புகைப்படத் துறையைத் தேர்ந்தெடுத்தார். புகைப்படக்கலை வல்லுநராக இருந்தபோது 1896ல் பம்பாய் நகரில் பிளேக் நோய் பரவியது. அதில் தனது மனைவி மற்றும் குழந்தையை இழந்தார்.

ஆகவே பரோடா நகரத்திற்குக் குடி பெயர்ந்து புகைப்படத் தொழிலைத் தொடங்கினார். ஆனால் அங்கே வசித்த மக்களிடம் ஒருவதந்தி பரவியது.அதாவது,ஒருவரின் உருவத்தைப்புகைப்படம் எடுத்தால் அந்தக் கருவி ஆயுளை உறிஞ்சிக்கொள்ளும். ஆகவே விரைவில் மரணம் அடைவார். அதனால் அவரது தொழில் மிகவும் பாதிப்பிற்கு உள்ளானது. பரோடா இளவரசர் ஏதாவது உதவுவார் என்று அவரை அணுகினார். ஆனால் அவர் 4-5 புகைப்படங்கள் எடுத்துக்கொண்டதோடு சரி. பால்கேவின் தொழிலுக்கு உதவவில்லை.

ஆகவே, புதியத் தொழிலைத் தேடலானார். நாடகங்களுக்குப் பயன்படுத்தப்படும் திரைகளுக்கு ஓவியம் வரையும் வேலை கிடைத்தது. நாடகக் கம்பெனியில் இருந்ததால் நுணுக்கங்களைக் கற்றுக்கொண்டார். அப்போதுதான் அவருக்கு சினிமா எடுக்கும் ஆசை தோன்றியிருக்கவேண்டும். ஜெர்மனியிலிருந்து வந்த ஒரு நபர் மூலம் மாயாஜாலக் கலையைப் பயின்றார். இது பின்னர் சினிமா எடுக்கையில் அவருக்குப் பெரிதும் உதவியது.

பிறகு வேறு நகரத்தில் அச்சுத் தொழிலில் இறங்கி அதனையும் கற்றுக்கொண்டார். முன்னணி அச்சுத் தொழில் நிறுவனமாக இருந்த அதனைத் தனது பங்காளிக்கு விட்டுக்கொடுத்துவிட்டார். பம்பாயில் முதன்முதலாக ஆங்கிலேயர் தயாரித்த திரைப்படம் ஒன்றைப் பார்க்கிறார். விலங்குகள் பறவைகள் ஆகியவற்றைத் திரையில் பார்த்துப் பரவசமடைந்தார்.

மீண்டும் இன்னொரு திரைப்படத்திற்குச் சென்றார். அது ஏசு கிறிஸ்துவின் திரைப்படம். அப்போதுதான் அவருக்கு நாமும் இந்து கடவுளர்களுக்கும் திரைப்படம் எடுக்கவேண்டும் என்று ஆசை துளிர்க்கிறது.

திரைப்படம் சம்பந்தமான புத்தகங்கள், கருவிகள் சம்பந்தப்பட்ட புத்தகங்கள், ஆகியவற்றை இரவும் பகலும்

படித்தார். ஒரு பழைய கருவியை வாங்கி விதவிதமாக ஆராய்ந்து அவரது கண்களில் அழுத்தம் ஏற்பட்டுப் பாதிப்படைந்து முற்றிலும் பார்வை இழந்தார். பிறகு கண் மருத்துவரைச் சந்தித்து அதற்கான சிகிச்சை பெற்று மீண்டும் தன் பணிக்குத் திரும்பினார். முறையாகத் தொழிலைக் கற்றுக்கொள்வதற்காக லண்டன் சென்று வந்தார் தாதா சாஹேப் பால்கே. வந்தபிறகு அவர் எடுத்த படம்தான் ராஜா ஹரிச்சந்திரா.

அதன்பின் தனியாக சினிமா கம்பெனி தொடங்கி நிறைய ஊமைப் படங்களை எடுத்து வெளியிட்டார், தாதா சாகிப் பால்கே. 1932வாக்கில் பேசும் படம் அறிமுகம் ஆனது. பிற இந்தியர்களும் சினிமா தொழிலில் இறங்கினார்கள். ஆனால் தாதா சாகிப் பால்கே, ஊமைப் படங்களையே எடுத்துவந்தார்.

சேது பந்தன் என்ற தனது இறுதி ஊமைப்படத்திற்குப்பின் ஒரேயொரு பேசும் படத்தை இயக்கி 1937ல் வெளியிட்டார். அதன் பெயர் கங்காவதாரன். அதன்பின் திரைப்படங்கள் எடுப்பதிலிருந்து விலகிய தாதாசாஹேப் பால்கே, 1944ம் ஆண்டு மறைந்தார்.

23

ராகுல் தேவ் பர்மன்

ஆர் டி பர்மன் என்று பிரபலமாக அழைக்கப்படும் இவரை ஹிந்தி திரையுலகின் இளையராஜா எனலாம். 1960 முதல் 1990 வரை ஹிந்தி திரைப்பட உலகில் மிகவும் பிரபலமான இசையமைப்பாளராக இருந்தவர்.

இவரது தந்தை எஸ் டி பர்மனும் பிரபல இசையமைப்பாளர். ஏழு ஸ்வரங்களான ஸ ரி க ம ப த நி யில் பவிற்குப் பஞ்சமம் என்று பெயர். ஆர் டி பர்மன் சிறு வயதில் அழுதால் அது ப ஸ்வரத்தில் இருக்குமாம். அதனால் அவருக்குப் பஞ்சம் என்று பட்டப்பெயர் உண்டு.

தவிர இளையராஜாவுக்கு இசைஞானிபோல் இசையின் ‘ஷாஹின்ஷா’ என்ற சிறப்புப் பெயரும் இவருக்கு உண்டு. ஷாஹின்ஷா என்றால் அரசர்களுக்கெல்லாம் அரசர் என்று பொருள்.

300க்கும் மேற்பட்ட ஹிந்தி திரைப்படங்களுக்கு இசையமைத்த ஆர் டி பர்மன், ‘பூமழை பொழியுது’ மற்றும் ‘உலகம் பிறந்தது எனக்காக’ என்று தமிழில் இரண்டு திரைப்படங்களுக்கு இசையமைத்திருக்கிறார்.

பிரபல ஹிந்தி திரைப்படப் பாடகி ஆஷா போன்ஸ்லே அவரது இரண்டாவது மனைவி ஆவார். ஆர் டி பர்மனின் இறுதி வாழ்க்கை அவ்வளவு சிறப்பானதாக இல்லை. பொருளாதாரச் சிக்கல்களால் ஹிட் பாடல்களைக் கொடுக்க முடியாமல் தவித்தார். அவருக்கு வரவேண்டிய திரைப்படங்களும் வேறு இசையமைப்பாளர்களுக்குச் சென்றது.

எனினும் அவர் இசையமைத்துவிட்டு மறைந்தபின் வெளியான திரைப்படம்தான் ‘1942 A Love Story’. அந்தப் படத்தின் அனைத்துப் பாடல்களும் சூப்பர் ஹிட் ஆகி பல்வேறு விருதுகளை வாங்கின.

24

சாரங்கதர் தாஸ்

ஒரிஸா மாநிலத்தைச் சேர்ந்தவர் சாரங்கதர் தாஸ். உள்ளூரில் பள்ளிக் கல்வியை முடித்து சமஸ்தானத்தின் உதவியுடன் ஜப்பானுக்கு உயர்கல்வி பயிலச் சென்று திரும்பினார். அவர் பெரிய கனவுகளைக் கொண்டிருந்தார். ஆகையால், அமெரிக்காவில் சர்க்கரை ஆராய்ச்சி குறித்து மேற்படிப்பு முடித்து அங்கேயே ஒரு தயாரிப்பு நிறுவனத்தில் வேதியியல் நிபுணராகப் பணியில் சேர்ந்தார். அங்கே ஓர் அமெரிக்க பெண்ணையும் மணந்து கொண்டார்.

அப்படியே அங்கேயே இருந்திருந்தால் செல்வச் செழிப்போடு சுகபோகத்துடன் நிறைவாழ்வு வாழ்ந்து மறைந்திருக்கலாம். ஆனால் அவரது கனவுகள் பெரியவை அல்லவா? அமெரிக்காவில் பணத்தை ஈட்டி அதைச் சேமித்தபிறகு இந்தியாவிற்குத் திரும்பி மிகப்பெரிய சர்க்கரை ஆலை ஒன்றைத் தொடங்க வேண்டும் என்பது அவர் ஆசையாக இருந்தது.

அதன்மூலம் வரும் வருமானத்தை வைத்து இந்திய விடுதலைக்கும், இந்தியர்களின் கல்விக்கும், ஏழ்மை ஒழிப்பிற்கும் செலவிட வேண்டும் என்று நினைத்தார். அதன்படி ஒரிஸாவில் சர்க்கரை ஆலை அமைக்கத் திட்டமிட்டார். தனது அமெரிக்க நண்பர்கள் உதவியுடன் மிக நவீன இயந்திரங்களை இறக்குமதி செய்து கட்டுமானப் பணிகளைத் தொடங்கிவிட்டார். புதிய சமஸ்தான அரசுக்கு இவரது நடவடிக்கைகள் பிடிக்கவில்லை. அதனால் சர்க்கரை ஆலைக்கு ஏகப்பட்ட முட்டுக்கட்டைகள் போட்டது. ஒரு கட்டத்தில் ஆலைக்குத் தீ வைக்கப்பட்டது.

ஆங்கிலேயர்களை இந்தியாவைவிட்டு வெளியேற்றுவது எவ்வளவு முக்கியமோ அதேயளவு முக்கியம் மக்களின் கல்வியறிவு பொருளாதார வளர்ச்சிக்கு முட்டுக்கட்டையாக இருக்கும் உள்நாட்டு சமஸ்தான அதிகாரங்களைப் பிடுங்குவதும் என்று அவர் உணர்ந்தார்.

காந்தி வழியைப்பின்பற்றி எதேச்சாதிகார சமஸ்தான அரசிற்கு எதிராக அஹிம்சை போராட்டங்களை முன்னெடுத்து நடத்தினார். ஜவாஹர்லால் நேரு தலைவராக இருந்த பிரஜா மண்டல் இயக்கத்தில் சேர்ந்து ஒரிஸா மாநில உரிமைகளுக்குப் போராடினார்.

ஒரிஸா மாநிலத்தில் அப்போது சிறிய சிறிய சமஸ்தானங்கள் நிறைய இருந்தன. அவை அனைத்துமே அதிகாரத் திமிரில் எதேச்சாதிகாரக் குழுக்களாக ஒரு தலைமையின்கீழ் கட்டுப்படாமல் இருந்தன.

இந்திய விடுதலைக்குப்பின் அவற்றை ஒரிஸா மாநிலத் தலைமையின்கீழ் கொண்டுவந்து அடக்கியதில் அவரது பங்கு மகத்தானதாகக் கருதப்படுகிறது.

எந்தெந்த சமஸ்தானங்கள் சுயலாபத்திற்காகத் தனது அதிகாரத்தைப் பயன்படுத்தி மக்கள் முன்னேற்றங்களை ஒடுக்கியதோ அவற்றின் நச்சுப்பற்கள் பிடுங்கப்பட்டு சுதந்திர இந்தியாவின்கீழ் கொண்டுவரப்பட்டன.

இந்திய விடுதலை வரையில் காங்கிரஸ் கட்சியிலும் பின்னர் சோஷியலிஸ்ட் கட்சியிலும் பணியாற்றிய சாரங்கதர் தாஸ் கட்டக் தொகுதி மக்களவை உறுப்பினராகவும் இருந்துள்ளார். ஒரிஸா காந்தி என்ற பட்டப்பெயரும் இவருக்கு உண்டு.

1886ல் பிறந்த சாரங்கதர் தாஸ் 18 செப்டம்பர் 1957ம் ஆண்டு மறைந்தார்.

25

மஹாதேவ் தேசாய்

“மஹாதேவ்...மஹாதேவ்” என்று அவரது உடலை உலுக்கி எழுப்ப முயன்று கொண்டிருந்தார், மகாத்மா காந்தி.

“மஹாதேவ் தேசாய் இறந்தது உறுதியான பிறகும் ஏன் அப்படிச் செய்தீர்கள் பாபு?” என்று யாரோ கேட்டனர். அதற்கு மகாத்மா “மஹாதேவ் என் வார்த்தைகளுக்குக் கட்டுப்பட்டவர். என் வாழ்வில் ஒருபோதும் என் சொல்லை மீறியதில்லை. ஒருவேளை நான் கூப்பிட்டது அவரது காதில் விழுந்திருந்தால்,

எமதேவனின் சொல்லிற்குக் கட்டுப்படாமல் என் சொல் கேட்டு விழித்திருப்பார்."

1942, ஆகஸ்டு 15ம் நாள் புனே நகரில் இருக்கும் ஆகாகான் அரண்மனையில் திடீர் மாரடைப்பால் காலமானார், மஹாதேவ் தேசாய். அவரது உடலை மகாத்மா காந்தியே குளிப்பாட்டி சடங்குகள் செய்து அரண்மனை வளாகத்தில் அடக்கம் செய்தார்.

ஆங்கிலேய அரசு காந்தியைக் கைது செய்து வீட்டுக்காவல் சிறையில் அடைக்க முடிவெடுத்தது. அந்த வீடுதான் ஆகாகான் பேலஸ். அது அரண்மனையாக இருந்தாலும் மகாத்மா காந்தி அங்கு சுகபோகமாக வாழவில்லை. அது ஒரு சிறை என்று உணர்ந்து அதற்கேற்ப இரண்டு அறைகளில் கைதியைப்போல்தான், மனைவி கஸ்தூரிபா மற்றும் மஹாதேவ தேசாயுடன் இருந்தார்.

மஹாதேவ தேசாய், மகாத்மா காந்தியின் நிழல். அவருடைய தனிச் செயலாளராக 1917ம் ஆண்டு சேர்ந்ததிலிருந்து இறக்கும்வரை உடன் இருந்தவர். காந்திக்குப் பிரார்த்தனை உணவு உடையிலிருந்து பயணத்திட்டங்கள்வரை உடனிருந்து செய்தவர். காந்தியைச் சந்திக்க வரும் பார்வையாளர்களை மதிப்பீடு செய்து தகுதியுள்ளவர்களைத் தேர்வு செய்து அனுமதி வழங்கியவர். அது ஒரு பெரும்பணி. கூர்மதியுடையவர்களால் மட்டுமே செய்யமுடியும். மகாத்மா காந்தியுடன் இருந்த ஒவ்வொரு நாளும் அன்றைய நிகழ்வுகளை டைரிக்குறிப்புகளாக எழுதி வைத்திருக்கிறார்.

மகாத்மா காந்தி விழிக்கும் முன்பே விழித்து, உறங்கிய பின்பு உறங்கியவர். உண்மையில் மஹாதேவ தேசாய் இல்லையெனில் நமக்கு மகாத்மா காந்தி பற்றிய முழுச் சித்திரம் கிட்டாமல் போயிருக்கும்.

1892ம் ஆண்டு சூரத் நகருக்கு அருகே பிறந்த மஹாதேவ், தனது பட்டப்படிப்பு முடிந்ததும் பம்பாயில் ஒரு கூட்டுறவுச் சங்கத்தில் பணிபுரிந்தார். 1915ல் தனது புத்தகப் பிரசுரம் சம்பந்தமாக முதலில் காந்தியைச் சந்தித்தார். அப்போதே காந்தி ஒரு தெய்வப்பிறவி என்று அவர் உணர்ந்திருக்கக்கூடும். அதுமுதல் அவரது வாழ்க்கைப் பயணம் மகாத்மா காந்தி இல்லாமல் இல்லை என்றானது. காந்தியின் அனைத்துப்

போராட்டங்களின்போதும் உடன் இருந்திருக்கிறார். சிறை சென்றிருக்கிறார். தனது அரசியல் வாரிசு மஹாதேவ் என்று மகாத்மா காந்தி அறிவித்தும் இருக்கிறார்.

அடிப்படையில் மஹாதேவ தேசாய் ஒரு வழக்கறிஞர் மற்றும் எழுத்தாளர் ஆவார். யங் இந்தியா, நவஜீவன் போன்ற இதழ்களின் ஆசிரியராகவும் இருந்துள்ளார்.

குஜராத்தி மொழியிலிருந்து காந்தியின் சுயசரிதையான ‘சத்திய சோதனை’ யை செம்மையான வடிவ ஆங்கில மொழிபெயர்ப்பை‘யங் இந்தியா’ இதழில் தொடராக எழுதினார். வெள்ளையனே வெளியேறு இயக்கத்தின்போது காந்தியோடு கைது செய்யப்பட்டு ஆகாகான் அரண்மனையில் இருந்தபோதுதான் மாரடைப்பால் உயிரிழந்தார். அப்போது அவருக்கு வயது *50*.

பல்வேறு மொழிபெயர்ப்பு நூல்களை எழுதியுள்ள மஹாதேவ தேசாய்க்கு *1955*ம் ஆண்டு சாஹித்ய அகாடமி விருது அவரது ‘மஹாதேவ்பய்னி தயாரி’ என்ற நூலுக்காக வழங்கப்பட்டது.

26

பாபா கரக் சிங்

இவரது வைராக்கியத்தைப்பற்றி அறிந்துகொள்ள ஒரேயொரு விஷயத்தை மட்டுமே எழுதப்போகிறேன். விடுதலைப் போராட்டச் சீக்கிய போராளிகளுக்குக் கருப்பு நிற டர்பனையும் காந்தி குல்லாவையும் அணியக்கூடாது என்று பிரிட்டிஷ் அரசு திடீரென்று ஒரு தடை உத்தரவு போட்டது. அதனை எதிர்த்தும் போராட்டக்காரர்களுக்கு ஆதரவாகவும் செயல்பட்டதால் கரக் சிங்கைப் பிடித்துச் சிறையில் அடைத்தது, ஆங்கிலேய அரசு.

அந்தத் தடையை நீக்கும்வரை தான் ஆடையே அணியப்போவதில்லை என்று சிறையில் முழு நிர்வாணமாகவே இருந்தார். ஒருநாள் இரண்டு நாள் அல்ல, நான்கரை வருடங்கள் பல்வேறு தட்பவெப்ப நிலைகளிலும் அவர் நிர்வாணமாகவே இருந்தார்.

கரக் சிங்கிற்கு எப்படிப்பட்ட வைராக்கியம் பாருங்கள்! பிளவுபடாத இந்தியாவின் தற்போது பாகிஸ்தானில் இருக்கும் பஞ்சாப் மாகாணத்தில் பிறந்த பாபா கரக் சிங் ஒரு வழக்கறிஞர் ஆவார். சீக்கிய மத வளர்ச்சிக்காக சிரோன்மணி குருத்துவாரா பிரபந்த கமிட்டியை உருவாக்கியவர்களில் ஒருவர் ஆவார்.

பல்வேறு போராட்டங்களில் முன்னின்று பங்கேற்ற இவர் சிரோன்மணி அகாலிதள் கட்சியின் முதல் தலைவராகப் பதவி வகித்துள்ளார்.

1922ம் ஆண்டு லாலா லஜ்பதி ராய் கைது செய்யப்பட்டபோது பஞ்சாப் மாகாண காங்கிரஸ் தலைவராக நியமிக்கப்பட்டார். சீக்கியர்கள் தங்களுடன் எப்போதும் குறுவாள் ஒன்றை வைத்திருப்பார்கள். அதற்கு கிர்பான் என்று பெயர். அந்த கிர்பானை சீக்கியர்கள் வைத்திருக்கும் உரிமையைப் பெற்றுத் தந்தவர், பாபா கரக் சிங் தான்.

வெவ்வேறு விடுதலைப் போராட்டங்களுக்காகவும், சீக்கியர்களின் உரிமைகளுக்காகவும் மொத்தம் இருபது ஆண்டுகள் சிறைவாசம் அனுபவித்துள்ளார். நியாயமான கோரிக்கைகளுக்காகப் போராடிய இவரது தன்னம்பிக்கை வைராக்கியத்தைக் கண்டு வியந்த மகாத்மா காந்தி பாராட்டுக் கடிதம் ஒன்றை எழுதி அனுப்பினார்.

இந்திய விடுதலைக்குப்பின் டெல்லியில் தங்கிய பாபா கரக் சிங், 1963ம் ஆண்டு மறைந்தார்.

27

பிதான் சந்திர ராய்

இந்த அஞ்சல்தலையில் இருப்பவரின் பெயர் டாக்டர் பிதான் சந்திர ராய். சுருக்கமாக டாக்டர் பி சி ராய் என்று அழைக்கப்படுவார். இந்தியாவில் இவரது பெயரில் புகழ்பெற்ற விருது ஒன்று ஒவ்வொரு வருடமும் வழங்கப்படுகிறது.

1962ல் நிறுவப்பட்ட பி சி ராய் தேசிய விருது, மருத்துவம், அரசியல், அறிவியல், தத்துவம், இலக்கியம், கலைகள் ஆகிய துறையில் சிறப்பான பங்களிப்பை ஆற்றியவர்களுக்கு 1976 ஆண்டு தொடங்கி ஒவ்வொரு ஆண்டும் வழங்கப்பட்டு வருகிறது.

டாக்டர் பி.சி. ராய் அவர்கள் ஒரு விடுதலைப் போராட்ட வீரரும் ஆவார். வீரத்திற்கும் மன உறுதிக்கும் போராட்டக் குணங்களுக்கும் புகழ்பெற்ற மண்ணான வங்காளத்தில் இந்திய விடுதலைக்குப் பிறகான காங்கிரஸ் ஆட்சியில் தொடர்ந்து மூன்று தேர்தலில் வென்று தான் மறையும் 1962ம் ஆண்டுவரை முதலமைச்சராக இருந்தவர்.

ஆங்கிலேய அரசு, நிர்வாக வசதிகளுக்காக வங்காளத்தைப் பிரித்தபோது பெரிதும் மனம் வருந்தியவர். தனது மருத்துவக் கல்வி முடிந்ததும் பல்வேறு மருத்துவக்கல்லூரிகளிலும் மருத்துவமனைகளிலும் பணி புரிந்துள்ளார். கூடவே இந்திய விடுதலைப் போராட்டங்களிலும் பங்கெடுத்துள்ளார்.

1925ம் ஆண்டு தனது மிகவும் இளவயதிலேயே வங்காளச் சட்டமன்றத் தேர்தலில் ஸ்வராஜ் கட்சியின் ஆதரவுடன் போட்டியிட்டார். எதிரில் இருந்தவர் பழுத்த அனுபவங்கள் கொண்ட மூத்தத் தலைவர் தேசப்பிதாமகராகக் கருதப்பட்டவரான சுரேந்திரநாத் பானர்ஜி. அவரை வென்று பதவியில் அமர்ந்தார் டாக்டர் பி சி ராய்.

1929ம் ஆண்டு பண்டிட் ஜவாஹர்லால் நேரு அவரை காங்கிரஸ் கட்சியின் செயற்குழு உறுப்பினராக நியமித்தார். அவர் கொல்கத்தா மாநகராட்சி மேயராக இருந்தபோது இலவச கல்வி, இலவச மருத்துவ வசதி, குடிநீர் வசதி, தெருக்கள் அமைப்பு மற்றும் பராமரிப்பு ஆகியவற்றை முன்னெடுத்துச் செயல்படுத்தினார்.

மாநகராட்சிப் பணிகளில் அவரது மக்கள் சேவையைக் கண்டு வியப்புற்ற காங்கிரஸ், தனது விடுதலைப் போராட்டங்களின்போது டாக்டர் பி சி ராயின் பெயரைத் தவிர்த்துவிடும். அவர் சிறைக்குச் சென்றுவிட்டால் மக்கள் நலப் பணிகள் பாதிக்கப்படும் அல்லவா?

இந்தியா - பாகிஸ்தான் பிரிவினையின்போது கிழக்குப் பாகிஸ்தானிலிருந்து அகதிகள் கல்கத்தாவிற்கு வந்தனர். அவர்களுக்காகக் கண்ணீர் சிந்தி, உணவு உடை உறைவிடம் மருத்துவ உதவிகள் ஆகியவற்றைப் போர்க்கால அடிப்படையில் செய்து கொடுத்தார்.

மகாத்மா காந்தியின் தனிப்பட்ட மருத்துவர் டாக்டர் பி சி ராய்தான். இந்திய விடுதலைக்குப்பின் பிளவடைந்த மிகவும் நலிந்து போயிருந்த வங்காளத்தை வளப்படுத்த

வேண்டும் என்று பல்வேறு தொழில் நகரங்களை (துர்காபூர், கல்யாணி, பிதான்நகர்) நிறுவினார்.

தனது மறைவிற்குப்பின் வீடு மற்றும் அனைத்துச் சொத்துகளையும் இலவச மருத்துவச் சேவைகளுக்காகப் பயன்படவேண்டும் என்று எழுதி வைத்துவிட்டார். இவரை வங்காளத்தின் காமராஜர் என்றுகூடச் சொல்லலாம்.

அதனால்தான் டாக்டர் பி சி ராய் உயிருடன் இருந்தபோதே 1961ம் ஆண்டு அவருக்கு இந்திய அரசு பாரத ரத்னா விருது வழங்கி கௌரவித்தது.

28

ஷிவ்பிரசாத் குப்தா

காசி மாநகரில் 1883 - 1944 காலத்தில் வாழ்ந்த பெரும் செல்வந்தர் ஷிவ்பிரசாத் குப்தா.

தனது செல்வங்கள் அனைத்தையும் தானும் தன் வாரிசுகளும் உறவினர்களும் நண்பர்களும் மட்டுமே பகிர்ந்து சுகபோக வாழ்க்கையை வாழ்ந்திருந்தால் இன்று இவர் இந்திய அஞ்சல் தலையில் தோன்றியிருக்கமாட்டார். தனது பணம் பொருள் செல்வங்கள் அனைத்தையும் இந்திய விடுதலைப் போராட்டங்களுக்காக வாரி வழங்கினார் ஷிவ்

பிரசாத் குப்தா. காங்கிரஸ் கட்சியின் பொருளாளராகப் பல ஆண்டுகள் இருந்தவர்.

மகாத்மா காந்தி, பண்டிதர் ஜவாஹர்லால் நேரு, மதன் மோகன் மாளவியா, பால கங்காதர திலகர் போன்ற தேசியத் தலைவர்கள் காசி மாநகருக்குச் சென்றால் இவரது வீட்டில்தான் தங்குவார்கள். இங்குதான் ஆங்கிலேயர்களுக்கெதிரான விடுதலைப் போராட்டங்களுக்கான திட்டமிடல் கூட்டங்கள் நடைபெறும்.

தலைவர்களுக்கான அனைத்துவிதமான உபசரிப்புகளும் இவரது மேற்பார்வையில் நடைபெறும். காசி மாநகர வளர்ச்சிக்கான பெரும்பான்மையான திட்டங்களுக்கு இவரது பொருளாதார உதவி நிச்சயம் இருக்கும். விடுதலைப் போராட்டக் காலத்தில் இவர் தொடங்கிய ஆஜ் (இன்று) என்ற ஹிந்தி தினசரி இன்றும் வெளிவந்து கொண்டிருக்கிறது. காசியில் பாரத மாதா கோவிலை நிறுவி அதனை மகாத்மா காந்தி அவர்களின் பொற்கரங்களால் திறந்து வைத்தார்.

காசி வித்யாபீடம் என்ற கல்வி நிறுவனத்தைத் தொடங்கி அது இப்போது பல்கலைக்கழகமாக வளர்ந்து இருக்கிறது. பொதுக் கட்டடங்கள், தங்குமிடங்கள், மருத்துவமனைகளையும் தனது சொந்தச் செலவில் கட்டித் தந்திருக்கிறார்.

மகாத்மா காந்தி ஆசிரமம் அமைக்கும் திட்டத்தை வெளிப்படுத்தியதும் அக்பர்பூரில் இருந்த தனது 150 ஏக்கர் நிலத்தைத் தானமாக வழங்கினார். காந்தியின் முதல் ஆசிரமம் இதுதான். இங்குதான் கதர் ஆடைகள் பெருமளவு நெய்யப்பட்டன.

விடுதலை போராட்டங்களுக்காக அள்ளி அள்ளி கணக்கு வழக்கு இல்லாமல் கொடுத்தார். அதனால்தான் மகாத்மா காந்தி இவருக்கு ராஷ்ட்ரிய ரத்னா என்ற பட்டம் கொடுத்தார்.

டெல்லியில் புகழ்பெற்ற பல அரசு கட்டடங்கள் (பாராளுமன்றம் உட்பட) மாளிகைகளைக் கட்டிய ஆங்கிலேய கட்டடக்கலை நிபுணரான எட்வின் லூட்யன்ஸ் தனது கலெக்டர் நண்பருக்கு ஒரு மாளிகையைக் கட்டித் தந்தார். 1916ம் ஆண்டு அந்த மாளிகையைப் பணம் கொடுத்து வாங்கினார், ஷிவ்பிரசாத் குப்தா.

அதற்கு ‘சேவா உபவனம்’ என்ற அழகிய பெயர் சூட்டினார் மகாத்மா காந்தி. காசியில் புகழ்பெற்ற பனாரஸ்

ஹிந்து பல்கலைக்கழகத்தை மதன் மோகன் மாளவியா தொடங்கியபோது அப்போதே ஒரு லட்சம் ரூபாய் நன்கொடையாக வழங்கினார்.

செயற்கரிய செயல்கள் பல புரிந்த திரு ஷிவ்பிரசாத் குப்தாவின் நினைவாக அஞ்சல் தலை வெளியிட்டு அவரைக் கௌரவப்படுத்தியிருக்கிறது அரசாங்கம்.

29

ஜெய்ராம்தாஸ் தௌலத்ராம்

பொதுவாழ்க்கையில் சொக்கத்தங்கம் என்று மகாத்மா காந்தியால் அழைக்கப்பட்ட ஜெய்ராம்தாஸ் தௌலத்ராம் 1891ம் ஆண்டு தற்போதைய பாகிஸ்தானின் கராச்சி நகரில் ஒரு சிந்தி குடும்பத்தில் பிறந்தவராவார்

சட்டக் கல்வி முடித்ததும் பம்பாயில் வழக்கறிஞராகப் பணிபுரிய ஆரம்பித்தார். நீதிக்கு எதிராகப் பேசும் சந்தர்ப்பங்கள் அமைந்ததால் அந்தத் தொழிலில் இருந்து விலக முடிவெடுத்தார். 1915ம் ஆண்டு மகாத்மா காந்தி தென்னாப்பிரிக்காவிலிருந்து இந்தியாவிற்குத்

திரும்பினார். ஒரு வழக்குச் சம்பந்தமாக மகாத்மா காந்தியைச் சந்தித்தார் தௌலத்ராம்.

காந்தியின் கொள்கைகளால் ஈர்க்கப்பட்டு அவரது நெருங்கிய நண்பரானார். மகாத்மா காந்திக்காக எதையும் செய்யத் துணியும் திண்மையைப் பெற்றார். 1919ம் ஆண்டு நடந்த அம்ரித்ஸர் காங்கிரஸ் மாநாட்டில் தலைவர்களிடையே பூசல் ஏற்பட்டது. காந்திக்கு இவர் கொடுத்த ஆலோசனையினால் பெரும் குழப்பம் ஒன்று தவிர்க்கப்பட்டது.

இதனால் தலைவர்களிடையே நன்மதிப்பைப் பெற்றார். வல்லபாய் படேல், ராஜேந்திர பிரசாத் மற்றும் சரோஜினி நாயுடு அவர்களுடன் மிகவும் நெருங்கிய தொடர்பு கொண்டிருந்தார். இந்திய விடுதலைக்குமுன் இவரது அரசியல் பணிகள் பெரும்பாலும் சிந்து - பாலைவனப் பகுதியில் இருந்ததால் சரோஜினி நாயுடு இவரைப் பாலைவன விளக்கு என்று அழைத்தார்.

இந்திய விடுதலையின் ஏறக்குறைய அனைத்துப் போராட்டங்களிலும் பங்கெடுத்துள்ள இவர் ஆரம்பத்தில் அன்னிபெசன்ட் தொடங்கிய 'Home Rule' இயக்கத்தில் தீவிரப் பங்காற்றினார். ஆங்கிலேயப் பேரரசின்கீழ் தன்னிச்சையான அதிகாரங்கள் கொண்ட மாகாணங்கள் அமைவதையே அவர் விரும்பினார்.

பின்னர், அஹிம்சை மற்றும் சத்யாகிரக போராட்டங்களின்மீது நம்பிக்கை ஏற்பட்டு இந்தியத் தேசிய காங்கிரஸில் இணைந்தார்.

காந்தி உப்பு சத்தியாகிரகம் மற்றும் அந்நிய ஆடைகள் புறக்கணிப்பு போன்ற போராட்டங்களைத் தொடங்கியபோது இவரைக் கலந்து கொள்ளுமாறு கடிதம் எழுதினார். உடனே தனது பம்பாய் சட்டப்பேரவை உறுப்பினர் பதவியை ராஜினாமா செய்துவிட்டு காந்தியுடன் பங்கேற்க வந்துவிட்டார்.

ஒத்துழையாமை இயக்கம், சட்டமறுப்பு போராட்டம் மற்றும் வெள்ளையனே வெளியேறு என அனைத்துப் போராட்டங்களையும் தனது பகுதியில் முன்னின்று நடத்தி மகாத்மா காந்தியின் பலத்தை ஆங்கிலேய அரசிற்கு நிரூபித்தார்.

இந்திய விடுதலைக்குப்பின் அவரது சிந்து பகுதி பாகிஸ்தானுடன் இணைக்கப்பட்டதால் இந்தியாவிற்கு இடம் பெயர்ந்தார். அவரை பீஹார் மாநில முதல் ஆளுநராக

நியமித்தார் ஜவாஹர்லால் நேரு. பின்னர், அவரது சேவை நாடு முழுதும் தேவை என்று உணர்ந்து அமைச்சரவையில் சேர்த்துக்கொண்டார். வழக்கறிஞரான தௌலத்ராம் உணவு வழங்கல் துறையில் சிறப்பாகச் செயல்பட்டதோடு, சட்ட வடிவமைப்பிலும் பங்களித்தார்.

வடகிழக்கு மாநிலங்களில் சீனாவில் அச்சுறுத்தல் ஊடுருவல் இருப்பதாகத் தகவல் வந்ததும், நிலைமையைச் சமாளிக்கத் தீர்க்கமான முடிவுகளை எடுக்க ஜெய்ராம்தாஸ் தௌலத்ராமை அஸ்ஸாம் மாநில ஆளுநராக நியமித்தார் ஜவாஹர்லால் நேரு. காந்தியக் கொள்கைகளுடன் இறுதிவரை வாழ்ந்த ஜெய்ராம்தாஸ் தௌலத்ராம், *1979*ம் ஆண்டு மறைந்தார்.

30

குதிராம் போஸ்

குதிராம் போஸை ஆங்கிலேய அரசு தூக்கிலிட்டபோது அவரது வயது 18. இளம் வயதில் தூக்குத்தண்டனை பெற்ற இரண்டாவது இந்தியப் புரட்சியாளர் ஆவார்.

கல்கத்தா நகரில் கிங்ஸ்ஃபோர்ட் என்னும் ஆங்கிலேய உயரதிகாரி இந்திய விடுதலைப் போராட்டத்தில் ஈடுபடும் நபர்களுக்குக் கடுமையான தண்டனைகளை வழங்கி வந்தார். இதனால் விடுதலை புரட்சியாளர்களுக்கு கிங்ஸ்ஃபோர்ட் மீது வெறுப்பு எழுந்தது. அந்தச் சூழலில் கிங்ஸ்ஃபோர்ட் பணி மாறுதலாகி முஸாஃபர்பூர் நகருக்குச் சென்றார்.

கல்கத்தாவில் பாதுகாப்பு அதிகம். ஆனால் சிறிய நகரான முஸாஃபர்பூரில் குறைவு. ஆகவே அவரைப் பழிவாங்கும் திட்டத்தில் இறங்கினர் வங்காளப் புரட்சியாளர்கள். கிங்ஸ்ஃபோர்ட் பயணம் செய்யும் வாகனத்தின்மீது குண்டு எறிந்து அவரைக் கொல்வதாக ஏற்பாடு. அதற்காகத் தயாரானவர்கள் இரண்டுபேர் ஒருவர் பிரஃபுல்ல சக்கி. இன்னொருவர் குதிராம் போஸ்.

குதிராம் போஸ் இளமையிலேயே தனது பெற்றோரை இழந்தவர். தனது மூத்த சகோதரி வீட்டில் தங்கிப் படித்து வந்தார். அந்தச் சமயத்தில் அரவிந்தர் மற்றும் நிவேதிதா ஆகியோரின் விடுதலை இயக்கப் பேச்சுகளை நேரடியாகக் கேட்டிருக்கிறார். அந்தப் பேச்சுகளே குதிராம் போஸிற்கு விடுதலை உணர்வைத் தூண்டியது. ஆரம்பத்தில் தனது 15 வயதிலேயே புரட்சி இயக்கத்தில் தன்னார்வல உதவியாளராகச் சேர்ந்து விடுதலை இயக்கத் துண்டுப் பிரசுரங்களை வினியோகித்திருக்கிறார். அதற்காகக் கைது செய்யப்பட்டு சில நாள்கள் சிறையிலும் இருந்திருக்கிறார்.

குதிராம் போஸும் பிரஃபுல்ல சகியும் முஸாஃபர்பூருக்குக் கையெறி குண்டுடன் செல்கின்றனர்.

ஆங்கிலேயர்களின் மாளிகைக்கருகே வெகுநேரம் மறைந்திருந்தனர். மாளிகையிலிருந்து வண்டிகள் வெளியேற ஆரம்பித்தன. இந்திய விடுதலை போராட்டக்காரர்கள்மீது வன்மத்துடன் தண்டனைகள் வழங்கிய கிங்ஸ்ஃபோர்ட் பயணம் செய்யும் வாகனம் என்று யூகித்துக் குண்டை எறிகின்றனர்.

ஆனால், கிங்ஸ்ஃபோர்ட் அந்த வாகனத்தில் இல்லை. மாறாக வேறு இரண்டு ஆங்கிலேய சீமாட்டிகள் இருந்தனர். அவர்கள் சம்பவ இடத்திலேயே உயிரிழந்தனர். இருவரும் தப்பிக்க வெவ்வேறு திசையில் ஓடத்துவங்கினர்.

பிரபுஃபுல்ல சக்கி தான் பிடிபடுவோம் என்று தெரிந்த கணத்தில் தற்கொலை செய்துகொண்டார்.

குதிராம்போஸ் 10கிமீக்கு அப்பாலிருந்த ஒரு புகைவண்டி நிலையத்தில் வைத்து கைது செய்யப்பட்டார். ஆங்கிலேய சீமாட்டிகளைக் கொன்ற வழக்கு என்பதால் விரைவில் விசாரணைக்கு எடுக்கப்பட்டு குதிராம் போஸிற்குத் தூக்குத் தண்டனை அறிவிக்கப்பட்டது.

11 ஆகஸ்டு 1908ம் ஆண்டு தூக்கு தண்டனை நிறைவேற்றப்படும் நாளில் ஏராளமான மக்கள் கையில் மலர்க்கொத்துக்களுடன் சிறைச்சாலைக்கு முன் திரண்டனர்.

ஒரு கொலைகாரனுக்கு இத்தனை மரியாதையா என்று ஆங்கிலேய அதிகாரிகள் பொருமினர். ஆனால் இந்தியர்களாகிய நமக்கு அவர் போராளி தானே? தூக்கு நிறைவேறியதும் குதிராம் போஸின் உடல் மலர்களாலான புத்தாடையால் அலங்கரிக்கப்பட்டு நகர் முழுதும் வலம் வந்து அடக்கம் செய்யப்பட்டது.

ஏனெனில் குதிராம் போஸ்தான் இந்திய விடுதலைக்காக மரண தண்டனை பெற்ற முதல் வங்காளப் புரட்சியாளராகக் கருதப்பட்டார். அவரது புகைப்படம் ஆடை ஆகியவை பள்ளி கல்லூரி மாணவர்களிடையே பிரபலமாகின.

31

மீரா பென்

மடேலின் ஸ்லேட் (Madeleine Slade) இங்கிலாந்தில் செல்வச் செழிப்பு மிக்க குடும்பத்தில் 1892ம் ஆண்டு பிறந்தார். டீன் ஏஜ் வயதில் அவருக்கு பீத்தோவன் இசை மீது ஆர்வம் எழுந்து அது தொடர்பான நிறைய புத்தகங்களைப் படித்து வந்தார். அவ்வாறு அவர் படித்த ஒரு புத்தகத்தை எழுதியது ரொமெய்ன் ரோலண்ட் (Romain Rolland) என்ற ஜெர்மானியர்.

மடேலின் ஸ்லேட் வியன்னா சென்று ரோலண்டைச் சந்தித்து உரையாடினார். அப்போது ரோலண்ட் தனது

புதியப் புத்தகத்தை மடேலினுக்குப் படிக்கக் கொடுத்தார். அந்தப் புத்தகத்தின் பெயர், 'Mahatma Gandhi – The Man who became one with the Universal being'. "உலக மாந்தர்களுக்குக் கிடைத்த இன்னொரு இயேசு கிறிஸ்து இவர்" என்று அவர் கூறினார்.

இங்கிலாந்திற்குத் திரும்பிய மடேலின் ஸ்லேட் மகாத்மா காந்தி புத்தகத்தைப் படித்துவிட்டு வியப்புற்றார். அஹிம்சை, சத்தியன் போன்ற கொள்கைகளால் அவர் வெகுவாக ஈர்க்கப்பட்டார்.

மகாத்மா காந்தியின் ஆசிரமத்தில் தன்னை இணைத்துக்கொள்ள விரும்பி கடிதம் எழுதினார், மடேலின் ஸ்லேட். இங்கிலாந்தின் உயர்குடி வகுப்புப் பெண் ஒருவர் உடனடியாக இந்திய ஆசிரம முறைகளுக்கு மாறும் பக்குவம் இருக்காது என்று யோசித்தார் மகாத்மா காந்தி. ஆசிரம நடைமுறைகள் இந்தியக் கலாசார வழிமுறைகள் பற்றிய கையேடுகளை அனுப்பிவைத்து ஒரு வருடகாலம் அவகாசமும் மடேலின் ஸ்லேட்க்குத் தந்தார்.

ஸ்லேட் அதுமட்டுமின்றி யங் இந்தியா இதழ்கள், பகவத் கீதை, மற்றும் ரிக் வேதம் போன்றவற்றையும் படித்துத் தன்னை இந்திய ஆசிரம சூழலுக்குத் தயார்ப்படுத்திக் கொண்டார். நவநாகரிக ஆடைகள் அணிவதைத் தவிர்த்தார். மது மாமிசம் போன்ற பழக்கங்களைக் கைவிட்டார்.

*1925*ம் ஆண்டு, *06* நவம்பர் அன்று பம்பாய்க்கு வந்து சேர்ந்தார் ஸ்லேட். பம்பாயைச் சுற்றிப் பார்க்க ஆர்வம் காட்டாது ஆசிரமம் சென்று சேர அன்றே அகமதாபாத் புறப்பட்டார்.

ஸ்லேட்டின் ஆர்வத்தையும் விடாமுயற்சியையும் மனத்திண்மையையும் கண்டு வியந்த மகாத்மா காந்தி, நீ எனக்கொரு மகளாக இருப்பாய் என்று கூறி ஆசிர்வதித்து புதிய பெயரை அவருக்குச் சூட்ட விரும்பினார்.

அதன்படி கிருஷ்ண பக்தையான மீராபாயை நினைவு கூரும்படி மீராபென் என்ற பெயரைச் சூட்டினார்.

அன்றிலிருந்து *34* வருடங்கள் இந்தியாவிலேயே வாழ்ந்தார், மீரா பென். ஆசிரமத்தில் இராட்டையில் நூல் நூற்றார்; உணவு சமைத்தார்; சுத்தம் செய்தார். காந்தி செல்லும் இடங்களுக்கெல்லாம் அவருடன் தனிச் செயலாளராகச் சென்றார். காந்தியோடு விடுதலைப் போராட்டங்களிலும்

பங்கெடுத்தார். சிறை சென்றார். ஆங்கிலேய அதிகாரிகளுடனான பேச்சுவார்த்தைகளின்போது உடன் இருந்தார், குறிப்பாக இலண்டன் வட்டமேசை மாநாட்டில்.

1942ம் ஆண்டு வெள்ளையனே வெளியேறு இயக்கத்தின்போது மகாத்மா காந்தி கைது செய்யப்பட்டு புனே ஆகாகான் அரண்மனையில் சிறை வைக்கப்பட்டபோது அங்கே மகாதேவ் தேசாய் மற்றும் கஸ்தூரிபாய் உடன் இவரும் வீட்டுச்சிறையில் இருந்தார்.

1929ம் ஆண்டு சாந்தி நிகேதன் சென்று ரவீந்திரநாத் தாகூரைச் சந்தித்து உரையாடினார். இந்தியா முழுவதும் பயணித்து வெவ்வேறு இடங்களில் காந்தி ஆசிரமம் நிர்மாணிப்பதில் பெரும் பங்கு வகித்துள்ளார்.

மேலும் வெளிநாடுகளுக்குக் குறிப்பாக அமெரிக்கா சென்று தலைவர்களிடம் உரையாடி மகாத்மா காந்தியின் கொள்கைகளையும் போராட்டங்களையும் விளக்கினார்.

இந்திய விடுதலைக்குப் பின்னரும்/ மகாத்மா காந்தி மறைந்த பின்னரும் இந்தியாவிலேயே தங்கியிருந்து காந்தி ஆசிரம மேம்பாட்டுப் பணிகளில் ஈடுபட்டார். பல்வேறு சுற்றுச்சூழல் பாதுகாப்பு மற்றும் சமூக சேவைகளில் ஈடுபட்டுவந்த மீரா பென்னை உத்தரப்பிரதேச வளர்ச்சி ஆலோசகராகவும் நியமித்தார், அம்மாநில முதல்வர் வல்லப் பந்த்.

1959ம் ஆண்டு ஆஸ்திரியா நாட்டில் ஒரு சிறு கிராமத்திற்குக் குடி பெயர்ந்தார் மீரா பென். இந்திரா காந்திக்கு மிகவும் நெருங்கிய நண்பராகவும் ஆலோசகராகவும் இருந்தார், மீரா பென். ஆகையால் பிரதமராக இருந்த இந்திரா காந்தி, ஆஸ்திரிய நாட்டு இந்தியத் தூதரகம் வழியே மீரா பென் அவர்களுக்குச் சகல உதவிகள் எந்நேரமும் எப்போதும் தடையின்றிக் கிடைக்கவேண்டும் என்று சிறப்பு உத்தரவைப் பிறப்பித்திருந்தார்.

எளிய காந்திய வாழ்க்கையை வாழ்ந்து வந்த மீரா பென்னிற்கு 1981ம் ஆண்டு இந்தியாவின் இரண்டாவது மிக உயரிய விருதான பத்மவிபூஷன் வழங்கப்பட்டது. திருப்திகரமான நிறை வாழ்வு வாழ்ந்த மீரா பென், தனது 89 ஆவது வயதில் 1982ம் ஆண்டு 20 ஜூலை அன்று இம்மண்ணிலிருந்து மறைந்தார்.

32

விக்ரம் சாராபாய்

குஜராத் மாநிலத்தில் தொழிலதிபராகவும் தேசப்பற்று மிக்கவராகவும் விளங்கிய அம்பாலால் சாராபாய்க்கு மகனாக 12 ஆகஸ்டு 1919ம் ஆண்டு அகமதாபாத்தில் பிறந்தார் விக்ரம் சாராபாய். பள்ளிப்படிப்பை அகமதாபாத்திலும் கல்லூரி உயர்கல்வி படிப்பை லண்டன் கேம்பிரிட்ஜ் பல்கலைக்கழகத்திலும் 1940 வாக்கில் முடித்தார்.

இரண்டாம் உலகப்போர் சமயத்தில் அவர் இந்தியா திரும்பினார். பெங்களூருவில் உள்ள சர் சி வி ராமன்

பணியாற்றிய இந்திய அறிவியல் கழகத்தில் சேர்ந்தார். அங்கே காஸ்மிக் கதிர்கள் பற்றிய ஆய்வினை சர் சி.வி.ராமன் மேற்பார்வையில் மேற்கொண்டார். பின்னர் அகமதாபாத் திரும்பிய விக்ரம் சாராபாய், Physical Research Laboratory (PRL) என்ற இயற்பியல் ஆராய்ச்சி நிறுவனத்தைத் தொடங்கினார். அப்போது அவரது வயது 28.

அங்கே காஸ்மிக் கதிர்கள் பற்றிய ஆராய்ச்சி மட்டுமல்லாது ரேடியோ அலைகள், வானவியல் பற்றிய ஆய்வுகளையும் மேற்கொண்டார். இந்தியாவிலிருந்து விண்கலம் ஒன்றினை ஏவ விரும்பிய விக்ரம் சாராபாய், தானே அதை வடிவமைத்து வைத்திருந்தார். பின்னர் ஆர்யபட்டா என்ற பெயரில் ரஷ்ய ஏவுதளம் வழியே அவரது மறைவிற்குப்பின் 1975ம் ஆண்டு அந்த விண்கலம் ஏவப்பட்டது. இதுதான் இந்தியாவின் முதல் விண்கலம்.

இந்திய விண்வெளி ஆராய்ச்சியின் முன்னோடிகளில் ஒருவராக இவர் கருதப்படுகிறார். ISRO எனப்படும் INDIAN SPACE RESEARCH ORGANISATIONஐ தொடங்கியவரும் இவரே.

Ahmedabad Textile Industry's Research Association (ATIRA) மற்றும் IIM Indian institute of Management எனப்படும் இந்திய மேலாண்மை கல்வி நிறுவனத்தை அகமதாபாத்தில் தொடங்கியதில் பெரும்பங்கு வகித்தவரும் இவரே.

அதுமட்டுமல்ல, கல்பாக்கத்தில் Fast Breeder Test Reactor (FBTR), கல்கத்தாவில் Variable Energy Cyclotron Project, ஹைதராபாத்தில் Electronics Corporation of India Limited (ECIL) ஜார்க்கண்ட் மாநிலத்தில் Uranium Corporation of India Limited (UCIL) ஆகிய முக்கிய நிறுவனங்கள் இவரது கனவுகளாலும் முயற்சிகளாலும் நிர்மாணிக்கப்பட்டவையாகும்.

இந்திய அணுசக்தி கழகத்தின் தலைவராகவும் இருந்த விக்ரம் சாராபாய் விண்வெளி துறையில் இந்தியா மிகப்பெரியச் சக்தியாக உருவெடுக்கவேண்டும் என்றும் விரும்பியவர்.

துணைக்கோள்கள் செலுத்துதல், தொலைத்தொடர்பு, சாட்டிலைட் தொலைக்காட்சி, கனிம வளங்கள் ஆராய்ச்சி, பருவநிலை பற்றிய ஆராய்ச்சி போன்றவற்றில் இன்று இந்தியா முன்னணி உலக நாடுகளுக்கிணையாக வளர்ந்து வருகிறது என்றால் அதற்குப் பிள்ளையார் சுழி போட்டுத்

தொடங்கியவர் விக்ரம் சாராபாய். ஆகவேதான் விக்ரம் சாராபாய் இந்தியாவின் விண்வெளி திட்டங்களின் தந்தை என்று அழைக்கப்படுகிறார்.

30 டிசம்பர், 1971ம் ஆண்டு கேரள மாநிலம் திருவனந்தபுரத்தில் இருக்கும் விண்வெளி ஏவுதளத்தில் வைக்கப்பட்டிருந்த Satellite Launch Vehicleஐ (SLV) பார்வையிட வந்தார் விக்ரம் சாராபாய். தனது குறிப்புகளை எழுதிவிட்டு ஏ.பி.ஜெ அப்துல் கலாம் அவர்களுடன் தொலைபேசி வழியே SLV பற்றி விவாதித்தார். பின்னர் பம்பாய்க்குப் பயணப்பட இருந்த விக்ரம் சாராபாய் திடீரென மாரடைப்பு ஏற்பட்டு மரணமடைந்தார். அப்போது அவருக்கு வயது 51தான்.

விண்வெளி ஆய்வு நிலையங்கள், கட்டடங்கள், நூலகங்களுக்கு அவரது பெயர் சூட்டி கௌரவிக்கப்பட்டது. 70களின் இந்திய அறிவியலாளர்களுக்குக் கதாநாயகனாக விளங்கியவர் விக்ரம் சாராபாய் என்றால் அது மிகையாகாது. அதனால்தானோ என்னவோ, எழுத்தாளர் சுஜாதா அவர்கள் குமுதத்தில் எழுதிய அறிவியல் புனைவு நாவலில் வரும் கதாநாயகனுக்கு விக்ரம் என்று பெயர் சூட்டினார்.

அவர் உயிரோடு இருந்தபோதே 1966ல் பத்மபூஷன் விருதும் மறைந்ததும் 1972ல் பத்மவிபூஷன் விருதும் வழங்கி இந்திய அரசு அவரைப் பெருமைப்படுத்தியது.

33

பாண்டுரங் வாமன் காணே

சம்ஸ்கிருதத்தின் பொக்கிஷமாகக் கருதப்படும் 400 ஸ்லோகங்கள் அடங்கிய நாம லிங்கானுஷாஸனாவைத் தனது 12வது வயதிலேயே கரைத்துக் குடித்தவர், பாண்டுரங் வாமன் கானே. 1880ம் ஆண்டு மஹாராஷ்டிரா மாநிலம் ரத்னகிரியில் ஓர் அர்ச்சகர் வீட்டில் பிறந்தவர் காணே.

பள்ளிப்படிப்பு முடிந்ததும் பம்பாயில் சம்ஸ்கிருதத்தில் பட்டப்படிப்பும் அதன் பின்னர் சட்டக் கல்வியும் கற்றார். ஒரு பள்ளிக்கூட ஆசிரியராகத் தனது பணியைத்

தொடங்கிய வாமன் காணே, படிப்படியாகக் கல்லூரிகளில் விரிவுரையாளர், உதவிப் பேராசிரியர், பேராசிரியர் எனப் பணியாற்றியுள்ளார். அதுமட்டுமல்ல! சட்டக் கல்வியும் பயின்றதால் பம்பாய் நீதிமன்றத்தில் வழக்கறிஞராகவும் இருந்துள்ளார்.

பணியில் இருந்தபோதே பல்வேறு சம்ஸ்கிருத ஆய்வுகளில் ஈடுபட்டு எண்ணற்ற ஆய்வுக்கட்டுரைகள், புத்தகங்கள் எழுதியுள்ளார். இவரது வரலாற்று அறிவும் அபரிமிதமானது. 198 ஆய்வுக் கட்டுரைகளும், 44 புத்தகங்களும், 115 ஆய்வு ஏடுகளும் வெளியிட்டுள்ளார்.

சம்ஸ்கிருதத்தில் படிக்கச் சிரமமான அழியும் நிலையில் இருந்த பழைய ஏடுகளில் இருந்து மொத்தம் 39 நூல்களை மீள் உருவாக்கம் செய்துள்ளார்.

அவர் ஆங்கிலமும் தெளிவாகக் கற்றிருந்ததால் இந்தப் பணியைச் செய்வதற்கு அவரைவிட்டால் வேறு எவரும் இல்லை. ஆங்கிலேயர்கள் பலரும் பண்டைய இந்தியாவைப்பற்றி சம்ஸ்கிருத நூல்களை அறிந்துகொள்ள இவரது உதவியையே நாடினர்.

சம்ஸ்கிருதத்தில் இவருக்கு இருந்த கூர்மையான அறிவைக் கண்டு வியந்த ஆங்கிலேய அரசு DLitt மற்றும் ஆசிரியர்களுக்கெல்லாம் ஆசிரியர் என்ற பொருள்படும் மஹாமஹோபாத்தியாயப் பட்டத்தை வழங்கியது.

பல்வேறு இந்திய இங்கிலாந்து பல்கலைக்கழகங்களில் கௌரவப் பேராசிரியராகவும் இருந்துள்ளார்.

மேலும் இந்திய விடுதலைக்குப்பின், 1953முதல் 1958வரை ராஜ்ய சபாவில் நியமன உறுப்பினராகவும் பணியாற்றியுள்ளார்.

பண்டைய இந்தியாவின், அரசமைப்பு, சட்டம் நிர்வாகம், வழிகாட்டு முறைகள், விதிகள், நிர்வாக முறைகள் ஆகியன கலைந்துபட்டு வெவ்வேறு பிராந்தியங்களில் வெவ்வேறு நிலைகளில் கிடந்தன. படிக்கப் படாமல் மறக்கப்படும் நிலைகளில்தான் பழைய ஏடுகள் கிடந்தன. அவை யாவும் சம்ஸ்கிருதத்தில் இருந்ததுதான் ஒரே இணைப்புச் சங்கிலி. அதனை மீட்டெடுக்கத் தகுதியும் திறமையும் கொண்ட ஒரே நபர் பாண்டுரங் வாமன் காணேதான். ஐந்து தொகுதிகளும் 6500 பக்கங்களும் அடங்கிய அந்தப் புத்தகத்தை உருவாக்கி

அதற்குத் தர்மசாஸ்திர வரலாறு (History of Dharmasastra) என்று பெயரிட்டார்.

அவரது மாபெரும் வரலாற்று மற்றும் சம்ஸ்கிருத பணியைப் போற்றும் வகையில் 1963ம் ஆண்டு அவருக்கு இந்தியாவின் மிக உயரிய விருதான பாரத ரத்னா வழங்கப்பட்டது. பம்பாய் நீதிமன்றத்தை நோக்கிச் செல்லும் ஒரு சாலைக்கு இவரது பெயர் சூட்டப்பட்டிருக்கிறது.

பம்பாய் பல்கலைக்கழகத்தின் துணைவேந்தராகவும் பதவியில் இருந்த பாண்டுரங் வாமன் காணே 18 ஏப்ரல் 1972ம் ஆண்டு மறைந்தார்.

34

பாவ்ராவ் பாட்டீல்

பாவ்ராவ் பாட்டீல், மராத்திய ஜெயின் குடும்பத்தில் 1887ம் ஆண்டு பிறந்தார். தனது பள்ளி கல்லூரி படிப்பை முடித்த பிறகு தனியார் நிறுவனங்களில் பணி புரிந்துள்ளார். மகாத்மா பூலே மற்றும் விட்டல் ராம்ஜி ஷிண்டே போன்றோரின் சமூக சீர்திருத்தக் கொள்கைகளால் ஈர்க்கப்பட்டார். சமூக சீர்திருத்தங்களில் ஈடுபடவேண்டும் என்ற ஆர்வம் அப்போதே அவருக்குள் வேரூன்றியது.

மகாராஷ்டிரா மாநிலத்தில் ஒடுக்கப்பட்ட பிற்படுத்தப்பட்ட வகுப்பைச் சேர்ந்தவர்களின்

முன்னேற்றத்திற்குத் தடையாக இருப்பது கல்வியின்மை என்பதை உணர்ந்தவர் சத்திய ஷோதக் சமாஜ் என்ற தொண்டு நிறுவனம் வழியாகத் தனது பங்களிப்பைச் செய்து வந்தார்.

படிப்பறிவு இல்லாமல் இந்திய விடுதலைப் போராட்டத்தை முன்னெடுக்க முடியாது. பொது மக்களுக்குப் படிப்போடு விடுதலை உணர்வைத் தூண்டி அறிவு சமுதாயத்தை உருவாக்குவதுதான் சரியான அணுகுமுறை என்பதை நம்பி செயல்படத் தொடங்கினார்.

1919ம் ஆண்டு முதல் முயற்சியாக ஒடுக்கப்பட்ட, பிற்படுத்தப்பட்ட, ஏழை மாணவர்கள் படிப்பதற்கு ஏதுவாக தங்கும் விடுதி ஒன்றைக் கட்டினார். பின்னர் அதுவே ராயத் ஷிக்ஷான் சன்ஸ்தான் என்ற தொண்டு நிறுவனமாக மாறியது. 1921ம் ஆண்டு பம்பாயில் நடந்த ஒரு பொதுக்கூட்டத்தில் மகாத்மா காந்தியைப் பார்த்தார் பாவ்ராவ் பாட்டீல்.

காதி துணி ஒன்றை இடுப்புவரை அணிந்திருந்த மகாத்மா காந்தியைக் கண்டு வியப்புற்றார். தாமும் இனி காதி உடையைத்தான் உடுத்தப்போவதாகச் சபதமேற்றார். காந்தியின் உடை மட்டுமல்ல அவரது கொள்கை, வாழ்வியல் நடைமுறை ஆகியவற்றைத் தினசரி வாழ்க்கையில் பின்தொடரவும் ஆரம்பித்தார் பாவ்ராவ் பாட்டீல்.

மகாத்மா காந்தியின் பெயரில் 101 பள்ளிக்கூடங்களைச் சிற்றூர்களில்/ கிராமங்களில் குறிப்பாக ஒடுக்கப்பட்ட பிற்படுத்தப்பட்ட ஏழை மக்கள் வசிக்கும் பகுதிகளில் தொடங்கினார். பள்ளிக்கூடங்கள் கட்டுவதற்கான நிதியை தானே பணக்காரர்களிடமிருந்து சிறுக்சிறுகச் சேகரித்துக்கொண்டார்.

பாவ்ராவ் பாட்டீலின் இந்தச் சீரிய பணி இந்திய விடுதலைக்குப்பிறகும் அரசு உதவியுடன் தொடர்ந்தது. மொத்தம் 578 தன்னார்வப் பள்ளிகளையும், 38 தங்கிப் பயிலும் பள்ளிகளையும், 6 பயிற்சிக் கல்லூரிகளையும், 108 மேல்நிலைப் பள்ளிகளையும், 3 கல்லூரிகளையும் அவரது தொண்டு நிறுவனம் நடத்தி வருகிறது. இளம் வயதில் தான் நினைத்ததை முடித்ததால்தான் அவருக்கு கர்மவீரர் என்ற பட்டத்தை மராத்திய மக்கள் அளித்து இன்றளவும் கௌரவித்து வருகின்றனர்.

1959ம் ஆண்டு காலமான கர்மவீரர் பாவ்ராவ் பாட்டீலுக்கு அந்த ஆண்டே இந்திய அரசின் உயரிய கௌரவமான பத்மபூஷன் விருது வழங்கப்பட்டது.

35

எஸ். நிஜலிங்கப்பா

கர்நாடக மாநிலம் பெல்லாரி மாவட்டத்தில் 1903ம் ஆண்டு பிறந்தார், எஸ் நிஜலிங்கப்பா. தாவெனெகரேயில் வளர்ந்த அவர் அங்கேயே பள்ளிப் படிப்பையும் பெங்களூருவில் கல்லூரிப் படிப்பையும் முடித்தார். பின்னர் 1926ம் ஆண்டு புனேவில் சட்டக் கல்வி பயின்றார்.

பள்ளி காலத்தில் அன்னி பெசன்ட் அம்மையார் தொடங்கிய ஹோம் ரூல் இயக்கத்தின்மீது ஆர்வம் கொண்டு அவரைப் பின்தொடர்ந்த நிஜலிங்கப்பா,

பின்னர் மகாத்மா காந்தியின் கொள்கைகளால் ஈர்க்கப்பட்டு கர்நாடகா மாநிலத்தில் நடைபெற்ற பல்வேறு விடுதலைப் போராட்டங்களில் பங்கெடுத்துள்ளார். ஒரு சாதாரணத் தொண்டராக, தன்னார்வலராகக் காங்கிரஸ் கட்சியில் தனது பங்களிப்பைத் தொடங்கிய நிஜலிங்கப்பா படிப்படியாக முன்னேறி பல்வேறு உயர் பொறுப்புகளை வகித்தார்.

சுதந்திர இந்தியாவில் நடைபெற்ற முதல் மக்களவைத் தேர்தலில் சித்ரதுர்கா தொகுதியில் வெற்றிபெற்று உறுப்பினராகத் தேர்வாகி பாராளுமன்றம் சென்றார். அதன்பின் கர்நாடக மாநில முதல்வராக இரண்டு முறை பதவி வகித்துள்ளார்.

திபெத்திய அகதிகள் இந்தியாவிற்கு வந்தபோது அவர்களுக்கு ஆதரவுக் கரம் நீட்டினார். அவர்கள் குடியேறுவதற்காக கர்நாடகவில் பல நிலங்கள் வழங்கினார். அதற்காக அவர் இந்திய திபெத்தியர்களால் என்றென்றும் நினைவு கூறப்படுவார்.

1967ம் ஆண்டு இந்தியத் தேசியக் காங்கிரசின் தலைவராகத் தேர்வு செய்யப்பட்டார். நிஜலிங்கப்பா காங்கிரஸ் தலைவராக இருந்தபோதுதான் தலைவர்களிடையே பெரும் சச்சரவு ஏற்பட்டு முதன் முறையாகக் கட்சி பிளவடைந்தது.

இந்திராகாந்தி ஆதரவுடன் ஒரு பிரிவும், நிஜலிங்கப்பாவின் தலைமையில் காமராஜர், மொரார்ஜி தேசாய், சஞ்சீவ் ரெட்டி போன்ற தலைவர்களுடன் காங்கிரஸ் (O) என மற்றொரு பிரிவும் செயல்படத் தொடங்கின.

இந்தப் பிரிவிற்குப் பின்னர் அரசியலிலிருந்து முற்றிலுமாக விலகி 97 வயதுவரை வாழ்ந்த நிஜலிங்கப்பா, 2000ம் ஆண்டு மறைந்தார்.

36

லால் பிரதாப் சிங்

வங்காள மாகாணம் முழுவதும் ஆங்கிலேயக் கிழக்கிந்திய கம்பெனியின் காலனிய ஆட்சியின்கீழ் இருந்த சமயம் அது. அலகாபாத் நகருக்கு அருகே காலகன்கர் ஜமீன்தார் குடும்பத்தில் ஹனுமந்த் சிங்கிற்கு மகனாகப் பிறந்தார் லால் பிரதாப் சிங்.

ஜமீன்தார்களான ஹனுமந்த் சிங் குடும்பத்தினர் அடிப்படையில் தாலுக்தார்கள். முகலாய ஆட்சியின்போது தாலுக்காக்களிலிருந்து வரி வசூல் செய்து மேலிடத்திற்கு ஒப்படைப்பதுதான்

தாலுக்தார்களின் முக்கிய பணி. இந்த நடைமுறை ஆங்கிலேய ஆட்சியிலும் தொடர்ந்தது.

ஆங்கிலேயக் கிழக்கிந்திய கம்பெனி நிர்வாகம் ஒரு புதிய வரிவிதிப்பு முறையை அறிமுகம் செய்தது. அதற்கு மஹல்வாரி என்று பெயர். நில உடைமையாளர்கள் மற்றும் விவசாயிகளின் நிலத்திற்குத் தகுந்த மாதிரியும் மகசூலுக்குத் தகுந்த மாதிரியும் ஒவ்வொரு போகத்திற்கும் நிலையான வரி உயர்வை ஆங்கிலேய அரசு விதித்தது.

1857ம் ஆண்டு. பிரிட்டிஷாரின் இதுபோன்ற புதிய நிர்வாக சட்டங்கள், வரி விதிப்புகள், சுரண்டல்கள் அத்துமீறிக் கொண்டிருந்தபோது இந்தியாவில் முதல் விடுதலைப் போர் ஆங்காங்கே கிளர்ச்சிகளாக வெடித்துக் கொண்டிருந்த காலகட்டம். ஆவாத் சமஸ்தானத்தின் கீழ் இருந்தது ஹனுமந்த் சிங்கின் காலகன்கர் ஜமீன். ஆவாத் ஆட்சியாளர் வாஜித் அலி ஷாவை கல்கத்தாவிற்கு வெளியேற்றியது கிழக்கிந்திய கம்பெனி. அதனால் அவரது மனைவி பேகம் ஹஜ்ரத் மஹல் தனது 12 வயது மகனுடன் ஆட்சி நடத்த முற்பட்டார்.

ஆங்கிலேய கிழக்கிந்திய கம்பெனி அரசுக்கும் பேகம் ஹஜ்ரத் மஹல்க்கும் போர் மூண்டது. ஹனுமந்த் சிங் பேகம் பக்கம் நியாயம் இருப்பதை உணர்ந்து அவர் பக்கம் நின்றார். ஏனெனில் ஏற்கனவே மஹல்வாரி வரியினால் அனைவரும் கடன்காரரர்களாக மாறிக்கொண்டிருந்தனர். இது ஆங்கிலேய ஆட்சி மீது வெறுப்பை உண்டாக்கியது.

பேகம் சார்பாகப் போரிட 1000 வீரர்கள் அடங்கிய படையை உருவாக்கி அனுப்பினார், ஹனுமந்த் சிங். அந்தப் படைக்குத் தலைமை ஏற்றவர்தான் இந்த அஞ்சல்தலையில் இருக்கும் லால் பிரதாப் சிங்.

இளம் மனைவி இரண்டு வயதுக் குழந்தை இவர்களைவிட்டு ஆங்கிலேயரை எதிர்க்க போர்க்களம் புகுந்தார். அந்த படைக் குழு பிரதாப் ஜங் என்று அவரது பெயரால் அழைக்கப்பட்டது.

1858ம் ஆண்டு 19 பிப்ரவரி அன்று காலை படைக்குழு உணவு அருந்த அமர்ந்திருந்தது. உணவு பரிமாறிக் கொண்டிருந்தபோதே கிழக்கிந்திய கம்பெனியின் படை அவர்களைத் தாக்கினர். பிரதாப் ஜங் படையின் ஆயுதங்கள் அனைத்தும் அருகில் இருந்தது.

கையில் கிடைப்பதை எடுத்துத் திருப்பித் தாக்குங்கள் என்று உத்தரவு பிறப்பித்தார், லால் பிரதாப் சிங். அதனால் ஆயுதங்கள் எடுக்கக்கூட அவகாசம் இல்லாததால் தட்டு, அண்டா குண்டான் கட்டை என கைக்கு எட்டிய பொருட்களை வைத்துப் போர் புரிந்தது, பிரதாப் ஜங்.

வேறு என்ன செய்ய முடியும்?

“திருப்பி தாக்காதீர்கள். வேறொருநாள் போர் புரியலாம்” என்று ஆங்கிலேயப் படை உத்தரவிட்டது. அதனைக் கேளாமல் தொடர்ந்து தாக்கிய வண்ணம் இருந்தது பிரதாப் ஜங். அதனால் மேலும் கோபமுற்ற ஆங்கிலேயப் படை பிரதாப் ஜங் வீரர்களைக் கொல்லத் தொடங்கியது. அதில் வீரமரணம் அடைந்தார், லால் பிரதாப் சிங்.

ஆங்கிலேயர்களுக்கெதிராக ஆவேசத்துடன் ஆனால் சற்று சமயோசிதம் இன்றி சமர் புரிந்து உயிரிழந்தாலும் லால் பிரதாப் சிங் ஒரு மகத்தான வீரரே.

37

அமிய் குமார் தாஸ்

லோக் நாயக் என்றால் மக்கள் தலைவர். இந்தியாவில் சிலர் லோக் நாயக் என்று அழைக்கப்பட்டுள்ளனர். தன்னலம் பாராமல் அடுத்தவர்களுக்காகப் பாடுபட்ட வெகு சிலருக்கே அந்தப் பட்டம் வழங்கப்பட்டது. அந்த வெகு சிலரில் ஒருவர்தான் அமிய் குமார் தாஸ்.

1895ம் ஆண்டு அஸ்ஸாமில் பிறந்த அமிய் குமார் தாஸ் ஒரு கல்வியாளர், சமூக சேவகர், காந்தியவாதி மற்றும் எழுத்தாளர். பன்முக ஆளுமை கொண்ட இவர் மகாத்மா காந்தியின் சுயசரிதையை அஸ்ஸாமிய மொழியில் மொழிபெயர்த்தவர்.

மாணவப் பருவத்திலேயே அரசியல் மாற்றங்களைக் கவனித்து இந்திய விடுதலைப் போராட்டங்களில் ஆர்வம் கொண்டு கலந்துகொண்டவர். 1905ம் ஆண்டு வங்கப் பிரிவினையையொட்டி உருவான இயக்கத்தில் ஒரு பள்ளிக்கூட மாணவனாகப் பங்கெடுத்தார். தனது கல்லூரி காலகட்டத்தில் பகுதிநேர வேலைகள் செய்து அதன்மூலம் கிடைத்த வருவாயை விடுதலைப் போராட்டங்களுக்கு நன்கொடையாக அளித்து வந்தார். சுரேந்திரநாத் பானர்ஜி, மகாத்மா காந்தி, அன்னி பெசன்ட் போன்ற தலைவர்களின் விடுதலை முழக்கங்களைக் கேட்டு வீறுகொண்டு எழுந்தவர்களில் ஒருவர் அமிய் குமார் தாஸ்.

காந்தியடிகள் தொடங்கிய ஒத்துழையாமை இயக்கம்; சட்ட மறுப்பு போராட்டம் ஆகியவற்றுக்காக ஏராளமான மக்களைச் சந்தித்து விடுதலைப் போராட்ட விழிப்புணர்வு அளித்துப் பங்குபெற வைத்தார். இவ்விதம் வடகிழக்கு மாநிலமான அஸ்ஸாமில் மகாத்மா காந்தியின் அகிம்சை வழி விடுதலைப் போராட்டத்தை முன்னின்று நடத்தி வெற்றி கண்டவர் அமிய் குமார் தாஸ்.

இதனால் ஆங்கிலேய அரசால் பலமுறை கைது செய்யப்பட்டு சிறைத் தண்டனை பெற்றுள்ளார். இந்திய விடுதலைக்கு முன்பே உருவான அஸ்ஸாம் மாகாண இடைக்கால அரசில் தொழில்துறை அமைச்சராகப் பணியாற்றினார்.

அஸ்ஸாம் தேயிலைத் தோட்டங்களுக்குப் புகழ்பெற்றது. அந்தத் தேயிலைத் தோட்டங்களில் பணியாற்றிய தொழிலாளர்களின் நலனைக் கருதி அவர்களது பிள்ளைகளுக்குக் கல்வி வசதி செய்து கொடுத்தார்.

அதுமட்டுமல்லாமல் இந்தியாவில் முறைப்படுத்தப்பட்ட மத்திய அரசின் வருங்கால வைப்புநிதி, 1952ம் ஆண்டுதான் தொடங்கப்பட்டது.

ஆனால் அமிய் குமார் தாஸ் அவர்கள் தேயிலை தோட்டத் தொழிலாளர்களின் எதிர்கால நலன் கருதி வருங்கால வைப்பு நிதித் திட்டத்தை இந்திய விடுதலைக்கு முன்பே அறிமுகப்படுத்தினார். இதுதான் ஆசியாவிலேயே முதன்முதலாக தொடங்கப்பட்ட தொழிலாளர் வருங்கால வைப்பு நிதித் திட்டம்.

மேலும் மகாத்மா காந்தியின் பெயரில் பல்வேறு சமூகநலத் திட்டங்கள் இயக்கங்களைத் தொடங்கிவைத்து மக்கள் பணியாற்றினார். அதில் தொழுநோய் ஒழிப்பு மற்றும் நோயாளிகள் பராமரிப்புத் திட்டமும் அடங்கும்.

1975ம் ஆண்டு மறைந்த அமிய் குமார் தாஸ் அவர்களின் பெயர் அஸ்ஸாமில் பல அரசு நிறுவனங்களுக்குச் சூட்டப்பட்டது. 1993ம் ஆண்டு குடியரசு தின விழாவின்போது பத்மபூஷன் விருது வழங்கி கௌரவிக்கப்பட்டார், லோக்நாயக் அமிய் குமார் தாஸ்.

38

யூ கியாங் நோங்பா

இந்திய விடுதலைக்காக ஆங்கிலேயர்களை எதிர்த்துத் தீவிரவாத முறையிலும் மிதவாத முறையிலும் பல்வேறு விதமான போராட்டங்கள் நடந்தன. தீவிரவாத விடுதலை இயக்கப் போராளிகளும் வெளிப்படையாகச் சமர் புரிந்தனர்.

பெயர் ஒன்றைத் தவிர, தனது வேறு அடையாளங்கள் எதையும் வெளிப்படுத்தாமல் இரகசியமாகத் திடீர் தாக்குதலை நிகழ்த்திய நபர் ஒருவர் இருந்தார். அவர்தான் மேகாலயா மாநிலத்தைச் சேர்ந்த யூ கியாங் நோங்பா

ஆங்கிலேயர்கள் கண்களில் விரலைவிட்டு ஆட்டிக்கொண்டிருந்த யூ கியாங் நோங்பாவை ஒருவழியாகப் பிடித்து, 1862ம் ஆண்டு டிசம்பர் 30ம் நாள் பொது இடத்தில் தூக்கிலேற்றினர். தூக்கில் இடுவதற்குச் சற்றுமுன் எதிரே குழுமியிருந்த மக்களிடம் அவர், "எனதருமை சகோதர சகோதரிகளே! தூக்குக் கயிறு என் கழுத்தை நெரித்துக் கொன்றபின் என் முகத்தைப் பாருங்கள். முகம் கிழக்கு நோக்கித் திரும்பி இருந்தால் இன்னும் 100 ஆண்டுகளுக்குள் இந்தியா இந்தக் கொடுங்கோல் ஆங்கிலேய ஆட்சியிலிருந்து விடுதலை பெறும். ஒருவேளை மேற்கு நோக்கித் திரும்பியிருந்தால் இந்தியா அடிமை நாடாகவே இருக்கும்" என்றார்.

1947ம் ஆண்டு இந்தியாவிற்கு விடுதலை கிடைத்ததை வைத்து யூ கியாங் நோங்பாவின் தலை எந்தத் திசை நோக்கித் திரும்பி இருந்திருக்கும் என்று ஒருமுறை இந்த அஞ்சல்தலையில் இருக்கும் அவரது முகத்தைப் பார்த்து கற்பனை செய்து கொள்ளுங்கள்.

முதல் இந்திய விடுதலைப் போர் தொடங்கிய 1857ம் ஆண்டு இந்தியா முழுவதிலும் எண்ணற்ற போராளிகள் தோன்றியபடி இருந்தார்கள். அவ்வாறு தோன்றிய புரட்சிகர வீரர்தான் யூ கியாங் நோங்பா. இயற்கை வளம் கொஞ்சும் மேகாலயா மாநிலத்தை ஆங்கிலேயர்கள் ஆக்கிரமிக்கத் தொடங்கிய போதிலிருந்தே ஒரு சிறுவனாக நிகழ்வுகளைக் கவனித்து வரலானார்.

மேகாலயா பழங்குடி மக்களின் பாரம்பரியம், நம்பிக்கைகள், சடங்குகள் ஆகியவற்றை அழித்து தனது குடியேற்றங்களை நிறுவிக் கொண்டிருந்தனர் ஆங்கிலேயர்கள். அதனை எதிர்த்து உருவாகிய புரட்சிப்படையின் முக்கிய வீரர் யூ கியாங் நோங்பா.

கொரில்லா தாக்குதல்கள் மூலம் ஆங்கிலேயப் படையினரைக் கதிகலங்க வைத்துக்கொண்டிருந்தார். தான் சிறை சென்றுவிட்டால் போராட்டத்தில் தொய்வு ஏற்பட்டுவிடும் என்று தன்னைப் பற்றிய விவரங்களையும் அங்க அடையாளங்களையும் மறைத்து வைத்திருந்தார்.

ஒரு சாதாரண மனிதனாகப் பொது மக்களுடன் கலந்து உலவிக் கொண்டும் புழங்கிக்கொண்டும் இருந்துகொண்டே சமயம் கிடைக்கும்போதெல்லாம் ஆங்கிலேயர்களைத் தாக்கினார். ஓர்

ஆங்கிலேய அலுவலகத்தைத் தீக்கிரையாக்கிவிட்டு மக்களோடு மக்களாக நின்று வேடிக்கை பார்த்துக் கொண்டிருப்பார்.

அந்நிலத்தின் பூர்வகுடிகளான மேகாலயா மலைவாழ் மக்களிடம் ஆங்கிலேயர்கள் வீட்டு வரி வசூலித்ததைக் கண்டு கோபம் கொண்ட யூ கியாங் நோங்பாவின் தலைமையில் ஒரு போர்க் குழுவே உருவானது. வாள், வேள், அம்பு போன்ற ஆயுதத் தயாரிப்பு கிடங்கு ஒன்றை இரகசியமாக அவர்கள் வைத்திருந்தனர்.

ஆங்கிலேயர்கள் உலவும் வழித்தடங்களை உடைத்து போக்குவரத்தைத் தடை செய்வது, ஆங்கிலேய அரசு அலுவலகங்களைத் திடீரெனத் தாக்கி அழிப்பது போன்ற தொல்லைகளைக் கொடுத்த வண்ணம் இருந்தார் யூ கியாங் நோங்பா. இறுதியில் எப்படியோ ஆங்கிலேயர்களிடம் அகப்பட்டுவிட்டார். தூக்கிலிடுவதற்குமுன் யூ கியாங் நோங்பா சொன்னதை மீண்டும் ஒருமுறை நினைவுகூர்வோம்.

39

முன்ஷி நவல் கிஷோர்

இங்கிலாந்தைச் சேர்ந்த வில்லியம் கேக்ஸ்டன் என்பவர்தான் உலகிலேயே முதன் முதலாக அச்சுக்கூடம் அமைத்து முதல் புத்தகத்தை 1476ம் ஆண்டு வெளியிட்டவர். அதேபோல் 1858ம் ஆண்டு உத்தரப்பிரதேச மாநிலம் லக்னோவில் தொடங்கிய நவல் கிஷோர் பிரஸ் அச்சுக்கூடமே ஆசியாவில் இன்றளவும் செயல்பட்டுவரும் மிகவும் பழைமையான அச்சுக்கூடமாகக் கருதப்படுகிறது. எனவேதான் அதன் நிறுவனர் முன்ஷி நவல் கிஷோர், இந்தியாவின் கேக்ஸ்டன் என்று அழைக்கப்படுகிறார்.

உத்தரப் பிரதேச மாநிலத்தின் அலிகார் ஜமீன்தாரான ஜமுனா பிரசாத் பார்கவாவிற்கு இரண்டாவது மகனாக 1836ம் ஆண்டு பிறந்தார் முன்ஷி நவல் கிஷோர். பெர்ஷியன் மற்றும் அரபி மொழிகளைப் பள்ளிக்கூடத்தில் கற்ற முன்ஷி தனது மேற்படிப்பை ஏதோ சில காரணங்களால் தொடர முடியாமல் போனது. அப்போது இதழியல் மீது ஆர்வம் ஏற்பட்டு ஆக்ராவில் இருந்த வார இதழ் ஒன்றில் சேர்ந்தார்.

இந்தியாவில் அச்சுக்கூடம் என்பது பெரும்பாலும் தினசரி மற்றும் வார இதழ்களை வெளியிட்டுக் கொண்டிருந்த சமயம் அது. வியாபார நோக்கம்தான் என்றாலும் இந்தியாவின் அரிய நூல்களைப் பதிப்பிக்கும் பொருட்டு 1858ம் ஆண்டு தனது பெயரில் நவீன மேம்படுத்தப்பட்ட வசதிகளுடன் புதிய தொழில் நுட்பங்களுடன் ஓர் அச்சுக்கூடத்தை லக்னோவில் நிறுவினார். அப்போது அவருக்கு வயது 22தான்.

1858 முதல் 1885 வரையிலான இடைப்பட்ட காலத்தில் சுமார் 5000க்கும் மேற்பட்ட நூல்களைப் பதிப்பித்துள்ளார். சம்ஸ்கிருதம், ஹிந்தி, பெர்ஷியன், அரபி, பெங்காலி, மராத்தி, பஞ்சாபி போன்ற பல மொழிகளில் இவரது அச்சுக் கூடத்திலிருந்து பதிப்புகள் வெளிவந்தன.

இந்தியத் தேசிய காங்கிரஸ் தொடங்கியதும் அதில் உறுப்பினராகத் தன்னைப் பதிவு செய்துகொண்ட முன்ஷி நவல் கிஷோர், 1895ம் ஆண்டு மறைந்தார். அவரது மறைவிற்குப் பின்னர் அச்சகத்தில் சில பிரிவுகள் ஏற்பட்டாலும் அவரது சந்ததியினரால் இன்றளவும் தொடர்ந்து பதிப்பகத் தொழில் நடந்துகொண்டிருக்கிறது.

40

ராதாநாத் சிக்தர்

உலகிலேயே மிகவும் உயரமான சிகரம் எது என்ற கேள்விக்கு நாம் அனைவரும் எவரெஸ்ட் என்றுதான் கூறுவோம். உண்மையில் ராதாநாத் சிகரம் என்றுதான் பதில் அளிக்க வேண்டும். அவர் மறைந்து பல ஆண்டுகளுக்குப் பின்னர் பலரின் விருப்பமும் அதுவாகத்தான் இருந்தது.

ஜார்ஜ் எவரெஸ்ட் என்னும் ஆங்கிலேய அதிகாரி இந்திய நிலவியல் வரைபடம் மற்றும் அளவீட்டுத்துறையின் உயர் அதிகாரியாக இருந்தவர்.

இந்தியாவிலுள்ள சிகரங்களின் உயரத்தை அளவிடும் பணி அவரிடம் வந்தபோது அவருக்கு ஒரு துடிப்பான கணிதவியல் நிபுணர் தேவைப்பட்டார். சிலரது பரிந்துரையின் பேரில் கல்கத்தா இந்து கல்லூரிக்குச் சென்றார்.

அங்கே கணிதவியல் துறைத் தலைவரைச் சந்தித்து மாணவர் எவரையாவது பரிந்துரை செய்யக் கோரியபோது, பேராசிரியர் சொன்ன பெயர் ராதாநாத் சிக்தர். அதன்படி 1831ம் ஆண்டு அவர் ஜார்ஜ் எவரெஸ்ட் அவர்களின் அலுவலகம் இருந்த டெஹ்ராடூனிற்குச் சென்று தனது தகவல்கள் சேகரிப்பு மற்றும் தொகுப்பாளர் பணியை மேற்கொண்டார் ராதாநாத் சிக்தர்.

அவரது கணிதவியல் தொகுப்பு முறை அனைவரையும் வியப்பில் ஆழ்த்தியது. முக்கோணவியல் சார்புகள், கணக்கீடுகள் ஆகியவற்றில் நிபுணராக விளங்கினார். இந்த முக்கோணவியல் அடிப்படையில்தான் மலைகளின் உயரங்கள் கணக்கிடப்படும்.

சில வருடங்களுக்குப்பின் 107 ரூபாய் சம்பளத்தில் வேலை செய்த ராதாநாத் சிக்தர் பணம் போதவில்லை என இராஜினாமா செய்துவிட்டு கல்லூரியில் ஆசிரியராகச் சேர விரும்பினார். ஆனால், ஜார்ஜ் எவரெஸ்ட் அவர்கள் ராதாநாத்தின் அருமை தெரிந்தவர். ஆகவே உயர் அதிகாரிகளிடம் பேசி ரூ 100 அதிகரித்துப் பெற்றுத் தந்தார்.

அதுநாள்வரை இமயமலையில் இருந்த கஞ்சன்ஜங்கா சிகரமே உலகில் மிகவும் உயரமானது என்று கருதப்பட்டு வந்தது. இந்த நிலையில் ராதாநாத் தனது மற்றோர் பணியாளர் உதவியுடன் வடகிழக்கு இமயமலை அளவீடுகளை 1845ல் தொடங்கி 1850ல் நிறைவு செய்தார்.

இதனிடையே ஜார்ஜ் எவரெஸ்ட் பணியிலிருந்து ஓய்வு பெற்று ஆன்ட்ரூ வாக் என்பவர் அளவியல் துறை உயரதிகாரியாகப் பணியேற்றார். கணக்கீடுகளை எளிதாக்க, சிகரங்களுக்கு முதலில் PEAK என்ற முன்னொற்றுடன் ரோமன் எழுத்தில் பெயர் சூட்டப்பட்டது.

அதன்படி அனைத்துச் சிகரங்களுக்கும் அளவீடுகள் செய்து குறித்து வைத்துக் கொள்ளல் வேண்டும். பின்னர் கணக்கீடு செய்து உண்மையான உயரத்தைக் கண்டறிய வேண்டும். அதன்படி PEAK XV என்ற சிகரத்தின் கணக்கீட்டின்படி அது கஞ்சன்ஜங்காவைவிட உயரமானதாகத் தரவுகள் கிடைத்தன.

திரிகோண விதிகளின்படியும் பல்வேறு பார்முலாக்களின்படியும் உள்ளீடு செய்து பெறப்பட்ட இறுதி விடையாக PEAK XVன் உயரம் 2900 என கணக்கிட்டு உறுதியாகத் தெரிவித்தார், ராதாநாத் சிக்தர்.

உயரதிகாரியும், இது ஏதோ குத்துமதிப்பு (Round off) விடையாக இருக்கலாம் என்று யூகித்து 2 மீட்டர்களை கூட்டி PEAK XVன் உயரம் 2902 மீட்டர்கள் என்று முடிவு செய்து 1856ம் ஆண்டு உலகிற்கு அறிவித்தார்.

ஒருவேளை ராதாநாத் சிக்தர் தான் கண்டறிந்த உலகின் மிக உயர்ந்த சிகரத்திற்குத் தனது பெயரைச் சூட்ட வேண்டும் என்று கோரியிருந்தால் ஆங்கிலேயர்கள் என்ன சொல்லியிருப்பார்களோ தெரியாது.

ஆனாலும் அந்தச் சமயத்தில் அதிகாரியாகப் பதவியில் இருந்த ஆன்ட்ரூ வாக் தனது பெயரைச் சூட்டிக் கொள்ளாமல் அளவீட்டுப் பணி தொடங்கக் காரணமாக இருந்த, குறிப்பாக ராதாநாத் சிக்தர்ஐ கண்டறிந்து பயிற்சி அளித்த ஜார்ஜ் எவரெஸ்ட்டின் பெயரைச் சூட்டியதே சிறப்புதான்.

41

ஃபீகாஜி ருஸ்தம் காமா

இந்திய விடுதலைக்குச் சுமார் 40 ஆண்டுகளுக்கு முன்பே இந்தியாவின் கொடியை இந்தியாவிற்கு வெளியே ஓர் அயல்நாட்டில் அதுவும் முதன்முதலாகப் பட்டொளி வீச பறக்கச் செய்த ஒருவர் இருக்கிறார். அவர் ஒரு பணக்கார பார்ஸி பெண்மணி.

பம்பாயில் 1861ல் பெரும் பணக்கார வியாபாரிக்கு மகளாக பிறந்தவர். இராஜபோகமாக இளமையைக் கழித்த அவருக்கு 1885ம் ஆண்டு திருமணம் நடந்தது. திடீரென்று அவருக்கு உடல்நலக்குறைவு ஏற்பட்டதால்

இங்கிலாந்திற்குச் சென்று சிகிச்சை மேற்கொள்ளும் நிலை ஏற்பட்டது.

அங்கேதான் அவர் இந்திய விடுதலைப் போராட்ட தலைவர்களில் ஒருவரான தாதா பாய் நௌரோஜியை சந்தித்தார். அவர் வழியே இந்திய விடுதலையின் முக்கியத்துவத்தையும் ஆங்கிலேயர்களின் கொடுங்கோல் சுரண்டல் ஆட்சி முறைகளையும் அறிந்து கொண்டார். உடனடியாக தானும் விடுதலைப் போரில் பங்குபெற முடிவெடுத்தார்.

'ஒன்றே செய், நன்றே செய் அதையும் இன்றே செய்' என்பதற்கிணங்க இங்கிலாந்திலேயே தனது விடுதலைப் போராட்டத்தைத் தொடங்கிவிட்டார். இந்தியா இந்தியருக்கே என்று நோட்டீஸ் அடித்து இங்கிலாந்து நகரங்களில் விநியோகிக்க ஆரம்பித்துவிட்டார். அமெரிக்காவிற்குச் சென்று இங்கிலாந்தின் கொடுமைகளை விளக்கியும், இந்திய விடுதலைக்கு அமெரிக்கா ஆதரவு தரவேண்டும் என்று வலியுறுத்தியும் கூட்டங்களில் பேசினார்.

அப்படி ஒவ்வொரு நாடாக இந்திய விடுதலைக்காகப் பரப்புரை செய்து கொண்டு வருகையில், 1907ம் ஆண்டு, ஆகஸ்டு 22ம் தேதி, ஜெர்மனி நாட்டில் நடந்த சர்வதேசச் சமதர்ம மாநாட்டில் அப்போதைய வந்தேமாதரம் என்ற வார்த்தையை ஏந்திய இந்தியக் கொடியை அங்கு ஏற்றி வைத்தார். அந்தக் கொடியை இன்னும் புனேவிலுள்ள ஒரு நூலகத்தில் பத்திரப்படுத்திப் பார்வைக்கு வைத்திருக்கிறார்கள்.

மகளிர் சம உரிமைக்கு ஆதரவாக இருந்தவர் ஃபீகாஜி ருஸ்தம். அந்தந்த நாட்டு விடுதலைப் போராட்டத்தில் பெண்கள் பங்குபெற வேண்டும் என்று கோரிக்கை விடுத்தவர்.

ஒரு சர்வதேச விடுதலை இயக்கக் கூட்டத்தில் ஆண்கள் மட்டுமே குழுமியிருந்தனர். அவர்களிடம் அவர், "போராட்டத்தில் உங்கள் அன்னை எங்கே? உங்கள் சகோதரி எங்கே? உங்கள் மனைவி எங்கே?" என்று கேட்டார்.

1935ம் ஆண்டு வரை ஐரோப்பிய நாடுகளிலேயே ஆங்கிலேயர்களுக்கெதிரான பரப்புரைகளை மேற்கொண்டிருந்த அவர், உடல்நலக்குறைவால் அந்த வருடமே இந்தியா திரும்பினார். 1936ம் ஆண்டு, 13 ஆகஸ்ட், தனது 74 ஆவது வயதில் மறைந்தார். அனைவரும் அவரை அன்புடன் மேடம் காமா என்று அழைத்தனர்.

42

ராஜ்குமாரி அம்ரித் கௌர்

ராஜ்குமாரி அம்ரித் கௌர் ஓர் இளவரசி. மத்திய இந்தியாவிலிருக்கும் கபுர்தலா சமஸ்தான அரசர் ராஜா ஹர்நாம் சிங்கிற்கும் பிரிஸில்லா கோலக்நாத்திற்கும் 1887ல் மகளாகப் பிறந்தார்.

அரச குடும்பத்திற்கே உரிய சகல வசதிகளோடு வளர்ந்த அவர் உயர்தரப் பள்ளிக்கல்வி பெற்றார். மேலும் ஆக்ஸ்போர்டு பல்கலைக்கழகத்தில் கல்லூரி மேற்படிப்பும் முடித்தார். கல்லூரிக் காலத்தில் படிப்பில் சிறந்து விளங்கியதோடு கிரிக்கெட், ஹாக்கி மற்றும்

டென்னிஸ் போன்ற விளையாட்டுகளிலும் கேப்டனாக இருந்து தனது குழுவை வழிநடத்தியுள்ளார்.

கல்லூரி முடித்து 1918ம் ஆண்டு இந்தியா திரும்பியபோது விடுதலைப் போராட்டம் உச்சத்தில் இருந்தது. அவரது தந்தை பல்வேறு தேசியத் தலைவர்களுடன் நெருங்கிய தொடர்பில் இருந்ததால் போராட்டத்தைப்பற்றியும் அதன் முக்கியத்துவத்தைப்பற்றியும் எளிதில் விளங்கிக் கொண்டார்.

அந்தச் சமயத்தில்தான் அதாவது 1919ம் ஆண்டு ஜாலியன் வாலாபாக் படுகொலை சம்பவம் நடந்தது. இது ராஜ்குமாரி அம்ரித் கௌரை மிகவும் பாதித்தது. தானும் விடுதலைப் போராட்டத்தில் பங்கு பெறவேண்டும் என்ற உந்துதலை அவருக்கு ஏற்படுத்தியது

மகாத்மா காந்தியின் அறவழிப் போராட்டம் இவரை வெகுவாக ஈர்த்தது. மகாத்மாவின் எளிமை அவரை ஆச்சரியப்பட வைத்தது. மகாத்மா காந்தியின் அனைத்துக் கொள்கைகளாலும் கவரப்பட்டு தனது ராஜபோக வாழ்க்கையைத் துறந்து எளிய வாழ்க்கையைப் பின்பற்ற முடிவெடுத்தார்

இந்திய விடுதலை பரப்புரையின்போதே குழந்தைத் திருமணம், இந்து முஸ்லிம் ஒற்றுமை, தேவதாசிமுறை ஒழிப்பு ஆகியவற்றைப் பற்றி விழிப்புணர்வு சொற்பொழிவுகளை ஆற்றினார். 1927ம் ஆண்டு அரசின் ஆதரவின்றி தானே நிதி அளித்து பெண்களுக்கான மாநாட்டை நடத்தினார். அதில் பெண் கல்வி, பெண்களுக்கான வாக்குரிமை, விவாகரத்து சிக்கல்கள், சொத்துரிமை ஆகியவற்றைப்பற்றி விரிவாக விவாதிக்கப்பட்டது.

இந்திய விடுதலையின் அனைத்துப் போராட்டங்களிலும் பங்கெடுத்த ராஜ்குமாரி அம்ரித் கௌர், விடுதலைக்குப்பின் அமைந்த முதல் அமைச்சரவையில் சுகாதார மக்கள் நல்வாழ்வு அமைச்சராகப் பதவியேற்றார்.

அனைத்துத் தரப்பு மக்களுக்கும் மருத்துவ வசதி கிடைக்கவேண்டும் என்று செயல்பட்டார். அப்போது சவாலாக இருந்த மலேரியா நோயை ஒழிப்பதில் அவரது பங்கு முக்கியமானது. மேலும், காசநோய் எனப்படும் டியூபர்க்ளோஸிஸ் இந்தியாவை அச்சுறுத்தத் தொடங்கியது. அதற்கெதிராக அவர் எடுத்த முன்னெடுப்புகளுக்காகவும் BCG என்னும் வேக்ஸின் தடுப்பு மருந்தை இந்தியா முழுதும்

விநியோகித்ததற்காகவும் இந்தியாவில் மட்டுமல்ல சர்வதேச அரங்கிலும் நற்பெயர் பெற்றார். குழந்தைகள் நலத்துறை என்ற தனித் துறையை உருவாக்கியதோடு மட்டுமின்றி இந்தியச் செஞ்சிலுவைச் சங்கத்தின் தலைவராகவும் 15 ஆண்டுகள் இருந்துள்ளார். ராஜ்குமாரி அம்ரித் கௌர் மகாத்மா காந்தியின் தனிச் செயலாளராகச் சுமார் 16 வருடங்கள் பணிபுரிந்துள்ளார்.

ராஜ்குமாரி அம்ரித் கௌர், ஒரு சமஸ்தானத்தில் இளவரசியாகப் பிறந்தாலும், இந்திய மக்களுக்கான மருத்துவ சேவையில் மகாராணியாகத் திகழ்ந்து 1964ம் ஆண்டு மறைந்தார்.

43

ஷாஹீத் லக்ஷ்மண் நாயக்

லக்ஷ்மண் நாயக் 1899ம் ஆண்டு ஒரிஸாவில் பிறந்தார். இவரது தந்தை மிகவும் ஒரு கிராம அதிகாரியாக இருந்தார். சுற்றியிருந்த 4-5 கிராமங்களிலிருந்து வரி வசூல் செய்து சமஸ்தானக் கஜானாவிற்குக் கொண்டுபோய் சேர்ப்பதே அவரது பணியாக இருந்தது.

லக்ஷ்மண் நாயக் எழுத்துக் கூட்டிப் படிக்கும் அளவே கல்வி கற்றிருந்தபோதிலும் தொடர் பயிற்சியினால் கவிதைகள் புனையும் திறனை வளர்த்துக் கொண்டார்.

அப்பா வரி வசூல் அதிகாரியாக இருந்ததால் சிறுவயதிலிருந்தே வரி விதிப்பு முறைகளைக் கவனித்து வந்தார். உழவர்களின் தற்கால நிதி நிலவரங்கள் ஏதும் கணக்கில் கொள்ளாது வரி உயர்த்தப்படுவதை அப்போது அவர் கண்டார்.

1930ம் ஆண்டு திடீரென ஒருநாள் அவரது தந்தை மறைந்துவிட அந்தப் பொறுப்பு லக்ஷ்மண் நாயக்கிடம் வந்தது. சமஸ்தானம் ஆங்கிலேயர்களிடம் கட்டுப்பட்டிருக்கிறது என்று புரிந்தபோது, அவர்கள் விதித்த வரியின் அநியாயங்களும் புரிந்தது. இது லக்ஷ்மண் நாயக்கிற்குப் பிடிக்கவில்லை.

அந்தச் சமயத்தில் ஒரிஸா கவர்னர் சர் ஜான் ஹப்பேக்கிற்கு சமஸ்தானம் விருந்து வைத்தது. விருந்திற்குத் தேவையான ஆடு, கோழி, அரிசி, பருப்பு எனச் சகலத்தையும் பழங்குடி மக்களிடமிருந்து பணம் ஏதும் கொடுக்காமல் அபகரித்து வந்தனர் சமஸ்தானப் பணியாளர்கள்.

அதை நேரடியாகப் பார்த்த லக்ஷ்மண் நாயக், மாவட்ட காங்கிரஸ் கமிட்டி தலைவராக இருந்த இராதாகிருஷ்ண பிஸ்வாஸ் ராயிடம் தெரிவித்தார்.. இது அநியாயம் இதற்கு ஊடக வெளிச்சம் கிடைத்தால்தான் முடிவு கிடைக்கும் என்று ராய் ஆலோசனை கூறி செய்தித்தாளுக்குக் கடிதம் எழுதச் சொன்னார்.

அவ்வண்ணமே செய்தார் லக்ஷ்மண் நாயக். அந்நிகழ்வு பரபரப்புச் செய்தியாகிவிட்டது. ஏற்கனவே நடந்துகொண்டிருக்கும் இந்திய விடுதலைப் போராட்டத்தின் ஒரு கூறாகவே இந்தப் பிரச்சினை கருதப்பட்டது. பல்வேறு உயர்மட்டக் காங்கிரஸ் தலைவர்களிடையே விவாதம் நடந்தது. மகாத்மா காந்தியின் காதுகளைச் செய்தி எட்டியது.

இந்தியாவின் விடுதலைதான் இத்தகைய சுரண்டலுக்கு ஒரே தீர்வு. அதற்கு காங்கிரஸுடன் இணைந்து போராட வேண்டும் என்று முடிவு செய்தார் லக்ஷ்மண் நாயக்.

அதற்கு மகாத்மா காந்தியின் அகிம்சை வழி போராட்டமே சிறந்தது என்று அவரது கொள்கைகளை வலியுறுத்தி ராட்டையொன்றை கையில் ஏந்தியபடி வீடு வீடாகச் சென்று ஆதரவு கோரினார்.

செய்தித்தாளுக்குக் கடிதம் எழுதியதற்காக 1942ம் ஆண்டு கைது செய்யப்பட்டு சிறையில் அடைக்கப்பட்டார் லக்ஷமண் நாயக். தனது நண்பர்கள் அனைவரையும் காந்தியின் ‘செய்

அல்லது செத்து மடி' என்ற கருத்தை மனத்தில் வைத்துப் போராட ஊக்குவிக்கிறார்.

சில மாதங்களில் விடுதலையான லக்ஷ்மண் நாயக், வெள்ளையனே வெளியேறு போராட்டத்தின் ஓர் அங்கமாக நகரின் காவல் நிலையத்தில் இந்தியக் கொடியை ஏற்ற தீர்மானிக்கிறார். இவரது தலைமையில்தான் போராட்டக்குழு புறப்பட்டுக் காவல் நிலையத்தை அடைந்தது.

அமைதி போராட்டமாக நடக்கவிருந்து காவலர்களின் அவமதிப்பு பேச்சுக்களால் லேசானக் கலவரச் சூழல் ஏற்பட்டது. போராட்டக் குழுவினரைக் கலைக்க லத்தி சார்ஜ் நடத்தியது காவல்துறை.

ஆக்ரோஷமான அந்த லத்தி சார்ஜில் ஐந்து போராட்டக்காரர்கள் மரணமடைந்தனர். காவலர் தரப்பில் வனக்காவல் அதிகாரி ஒருவரும் இறந்துவிட்டார். அந்த ஐந்து மரணங்கள் கணக்கில் எடுக்கப்படவில்லை. ஆனால், அந்தக் காவல் அதிகாரியின் மரணம் கொலை வழக்காகப் பதிவு செய்யப்பட்டது.

போராட்டத்தை முன்னின்று நடத்திய லக்ஷ்மண் நாயக் மீது வழக்கு புனையப்பட்டு, அவர் கைது செய்யப்பட்டு சிறையில் அடைக்கப்பட்டார். நீதிமன்றத்தில் கலவரத்தைத் தூண்டியதாக அவர்மீது குற்றம் சுமத்தப்பட்டு, குற்றவாளி என்று நிரூபிக்கப்பட்டு மரண தண்டனை விதிக்கப்பட்டது.

அதன்படி 29 மார்ச், 1943ம் ஆண்டு பெஹ்ராம்பூர் சிறைச்சாலையில் லக்ஷ்மண் நாயக் தூக்கிலிடப்பட்டார்.

அஞ்சல்தலையில் லக்ஷ்மண் நாயக் பெயருக்கு முன்னே ஷாஹீத் என்று இருக்கிறது அல்லவா? அதற்குத் தியாகி என்று பொருள்.

44

நைன் சிங்

இந்த அஞ்சல்தலையில் இருக்கும் திரு நைன் சிங் அவர்கள் ஒரு பயண ஆர்வலர் மற்றும் ஆய்வாளர். 1830ம் ஆண்டு பிறந்த நைன் சிங் தனது இளம் வயதில் ஒரு கூலியாக வாழ்க்கையைத் தொடங்கியவர். இவரது அசாத்தியத் துணிச்சல், எந்த புதிய ஆபத்தான செயலையும் செய்து பார்ப்போம் என்ற ஆர்வம், ஆங்கிலேயர்களை ஈர்த்தது.

ஆகவே, மத்திய ஆசியா, திபெத், இமயமலைத் தொடர் ஆகியவற்றை நில அளவீடு செய்யும் பணிக்கு

அவர் தேர்ந்தெடுக்கப்பட்டார். புதிய இடங்களுக்குச் செல்வது சுலபம்தான். ஆனால் அங்கு வாழும் மக்களோடு மக்களாக இணைந்து நட்புறவாகி, அவர்களது மொழியை அவர்களிடமிருந்தே கற்றறிந்து, உடைமைகள் மற்றும் நில அளவியல் உபகரணங்களோடு பயணத்தைத் தொடர்வது மிகவும் சவாலானது. அதுவும் பனி மலைகளால் ஆன இமயமலையில் நடந்தே பயணம் செய்தார் என்பது ஆச்சரியமான விஷயம்தானே?

சுமார் 2500 கிலோமீட்டர்கள் நடந்தே பயணம் செய்தார் நைன் சிங். ஆங்கிலேயர்களின் கிழக்கிந்திய கம்பெனி, வியாபாரத்தை விரிவு செய்வதற்காக இந்தத் திட்டத்தைச் செயல்படுத்தினாலும் அது நிலவியல் மற்றும் புவியியல் தொடர்பான பல்வேறு விவரங்களைச் சேகரித்து ஆவணப்படுத்த உதவியது.

1861ல் நைன் சிங்கும் அவரது உறவினர் மணியும் இந்தப் பணிக்காக ஆங்கிலேய அதிகாரி வாக்கர் என்பவரால் தேர்ந்தெடுக்கப்பட்டார்கள். டெஹ்ராடூனில் இருக்கும் புவியியல் ஆய்வு நிலையத்தில் இரண்டு ஆண்டுகள் தீவிரப் பயிற்சி தந்தனர். மனிதக் காலடிப் படாத இமயமலை பிரதேசங்களில் பயணம் செய்து அளவீடு அடிப்படையில் புவியியல் வரைபடம் உருவாக்குவதும் ஒரு நோக்கமாக இருந்தது. இந்தத் திட்டம் மட்டுமின்றி உலகின் பல்வேறு பகுதிகளிலுள்ள மலைகள் முகடுகள் சிகரங்கள் ஆகியவற்றை அளவீடு செய்து மாபெரும் வரைபடம் கிடைத்தால் பயணம் + வியாபாரம் சுலபமாகும் என்று முதன்முதலாக ஒரு ஜெர்மானியப் புவியியலாளர் ஒரு திட்ட அறிக்கையை ஆங்கிலேய நிர்வாகத்திற்கு அளித்தார். அதன் அடிப்படையில் தொடங்கியதுதான் இந்தத் திட்டம்.

நைன் சிங் தனது உறவினருடன் காஷ்மிரிலிருந்து கிட்டத்தட்ட அஸ்ஸாம்வரை கால்நடையாகவே பயணம் செய்து நில அளவீடுகள் செய்துள்ளார். புதிய இடங்களில் புதிய மனிதர்களுக்கு இந்த நில அளவியல் அதிர்ச்சியாக இருக்கலாம். தங்களை அழிக்க நடக்கும் சதி எனவும் அவர்கள் நினைக்கலாம் என்பதால் அந்த இடத்திற்குப் புதிய மனிதரான நைன் சிங் மற்றவர்களுக்குத் தெரியாமல் நிலவியல் உபகரணங்களான பாதரசமானி போன்ற கருவிகளை ஒளித்து வைத்துக்கொண்டார்.

பயணம் முடிந்ததும் இவர் கொடுத்த அறிக்கைகள் மிகவும் ஆச்சரியமூட்டுவதாக இருந்தன. நைன் சிங்கின் இந்தப்

பணியைப் பாராட்டித் தங்கப் பதக்கம் வழங்கி கௌரவித்தது ஆங்கிலேய அரசு.

நைன் சிங் தனது 51வது வயதில் 1882ம் ஆண்டு மொராதாபாத் நகரில் உடல் நலம் குன்றி காலமானார். நைன் சிங்கின் பயண அனுபவங்கள் தனிப் புத்தகமாகவே கிடைக்கிறது.

45

பி.பி. மண்டல்

பாபு பிந்தேஷ்வரி பிரசாத் மண்டல் பீகார் மாநிலத்தில் செல்வச் செழிப்பு மிகுந்த நிலச்சுவான்தார் குடும்பம் ஒன்றில் பிறந்தவர். தனது 23வது வயதிலேயே அரசியல் ஆர்வம் ஏற்படவே, 1952ம் ஆண்டு நடந்த பீஹார் சட்டமன்றத் தேர்தலில் காங்கிரஸ் கட்சியின் சார்பாக நின்று சோஷியலிஸ்ட் கட்சி வேட்பாளரை வென்று சட்டமன்ற உறுப்பினர் ஆனார்.

1950களின் பிற்பகுதியில் உள்ளூர் ஆதிக்க சாதியினர் அரசியல் அதிகாரங்களைப் பயன்படுத்திப்

பிற்படுத்தப்பட்ட மக்களை ஒடுக்குவதைக் கண்டார். அதைப்பற்றி தலைப்புச் செய்திகளாக நாளிதழ்களில் வெளியிட்டு சட்டமன்றத்திலும் குரலெழுப்பினார்.

அதனால், ஆளுங்கட்சிக்கு எதிராகப் பேசுவதாக அவர்மீது குற்றஞ்சாட்டப்பட்டு ஒதுக்கப்பட்டார். ஆனால் அவரது கோரிக்கையின் முக்கியத்துவத்தை உணர்ந்த ராம் மனோகர் லோகியா, அவரை சம்யுக்தா சோஷியலிஷ்ட் கட்சியின் தலைவராக நியமித்தார். அடுத்து நடந்த தேர்தலில் வென்று உறுப்பினராக ஆனதோடு மட்டுமின்றி நல்வாழ்வுத்துறை அமைச்சராகவும் நியமிக்கப்பட்டார்.

பின்னர் லோஹியாவுடன் ஏற்பட்ட கருத்து வேறுபாட்டால் கட்சியிலிருந்து பிரிந்து, ஷோஷித் தள் என்ற புதிய கட்சியை 1967ம் ஆண்டு தொடங்கினார். 1968ம் ஆண்டு பிப்ரவரி 01ம் தேதி பீஹார் மாநில முதலமைச்சராகப் பதவியேற்றார், மண்டல். அவரது சட்டசபையில்தான் அதிகபட்ச பிற்படுத்தப்பட்ட வகுப்பைச் சேர்ந்தவர்கள் உறுப்பினர்களாக இருந்தனர். ஆனால் அவரது ஆட்சி காலம் ஒரு மாதமே நீடித்தது. 02 மார்ச் அன்று முதல்வர் பதவியை அவர் இராஜினாமா செய்தார்.

காங்கிரஸ் ஆட்சியில் நடைபெற்ற பல்வேறு ஊழல்கள் அதிகார அத்துமீறல்களுக்கெதிராக ஜெயபிரகாஷ் நாராயணன் அவர்களோடு இணைந்து குரல் கொடுத்து போராடினார். 1977ம் ஆண்டு நடைபெற்ற பாராளுமன்றத் தேர்தலில் ஜனதா கட்சி சார்பில் வேட்பாளராகக் களம் கண்டு வெற்றி பெற்றார்.

1978ம் ஆண்டு அப்போதைய பிரதமர் மொரார்ஜி தேசாய் அவர்கள் ஐந்து உறுப்பினர்கள் அடங்கிய பொதுமக்கள் உரிமைகள் குழுவை அமைத்து அதற்குத் தலைவராக மண்டலை நியமித்தார். அதனால் அவரது பெயராலேயே மண்டல் கமிஷன் & பிற்படுத்தப்பட்டோர் கமிஷன் என்று பிரபலமாக அறியப்பட்டது. தீவிரக் கள ஆய்வுகளின் அடிப்படையில் 1980ம் ஆண்டு விரிவான அறிக்கையை மத்திய அரசிற்குச் சமர்ப்பித்தார் மண்டல்.

மத்திய மாநில அரசுப் பணிகளில் பிற்படுத்தப்பட்டோருக்கு உரிமைகள், வாய்ப்புகள் மறுக்கப்படுகின்றன என்றும் கல்வி நிறுவனங்களிலும் உயர்சாதி வகுப்பினரின் அதிகாரமே மேலோங்கி உள்ளதாகவும் மேற்கோள் காட்டி விரிவான ஆவணமாக இருந்தது மண்டல் கமிஷனின் அறிக்கை.

இந்த அறிக்கை பிரதமர் இந்திரா காந்தியின் கவனத்திற்கு அடிக்கடி கொண்டு செல்லப்பட்டும் கவனம் பெறாமல் கிடப்பில் போடப்பட்டது. இராஜீவ் காந்தி ஆட்சியிலும் மண்டல் கமிஷனின் அறிக்கைக்கு நிராகரிப்பு தொடர்ந்த வண்ணம் இருந்தது. அதன்பின் வி பி சிங் பிரதமராகப் பதவியேற்ற பிறகுதான், மத்திய அரசு மண்டல் கமிஷனின் அறிக்கையை நடைமுறைப்படுத்துவதற்கு ஒப்புதல் அளித்தார்.

1992ம் ஆண்டு மண்டல் கமிஷன் அறிக்கையில் கூறியபடி ஜாதி ரீதியிலான இட ஒதுக்கீட்டிற்குப் பச்சைக்கொடி காட்டி நடைமுறை படுத்த உத்தரவு பிறப்பித்தது சுப்ரீம் கோர்ட். அதன்படி 1993ம் ஆண்டு முதல் நடைமுறைக்கு வந்தது.

ஆனால் தனது அறிக்கை நிறைவேறுவதற்குப் பத்து வருடங்களுக்கு முன்பே 13 ஏப்ரல் 1982ம் ஆண்டில் தனது 63வது வயதில் மறைந்தார், பாபு பிந்தேஷ்வரி பிரசாத் மண்டல்.

46

தாத்யா டோபே

16 பிப்ரவரி 1814ம் ஆண்டு மகாராஷ்டிரா மாநிலம் நாசிக் நகரத்தில் பாண்டுரங்க ராவ் டோபே - ருக்மாபாய் தம்பதியருக்குப் பிறந்தவர் ராமச்சந்திர பாண்டுரங்கா. இவர்தான் 1857ல் பிரிட்டிஷ் கிழக்கிந்திய கம்பெனிக்கு எதிராக நடைபெற்ற இந்திய சிப்பாய் கலகத்தில் பெரும்பங்காற்றிய தாத்யா டோபே ஆவார்.

முறையான ராணுவ பயிற்சி ஏதுமின்றி மிகச்சிறந்த போர் வீரராக இந்திய விடுதலைக்காகப் போராடியவர். இவரைக் கிட்டத்தட்ட வீரபாண்டிய கட்டபொம்மனுடன் ஒப்பிடலாம்.

தாத்யா டோபே என்ற பெயரில் டோபே என்பது commanding officer என்று பொருள்படும். ஹிந்தியில் அதற்கு பீரங்கி, Canon என்று பெயர்.

பேஷ்வாக்களின் வளர்ப்பு மகனான நானா சாஹிப் அவர்களின் நெருங்கிய நண்பரான தாத்யா டோபே, முதல் இந்திய விடுதலைப்போரில் பரபரப்பாகப் பேசப்பட்டவர். கொரில்லா போர்முறையில் மிகச்சிறந்த வீரராக ஆங்கிலேயர்களுக்குக் கலக்கத்தையும் பயத்தையும் ஏற்படுத்தியவர் தாத்யா டோபே.

கிழக்கிந்திய கம்பெனிக்கு எதிரான கான்பூர் போரில் இவரது படை வெற்றிபெற்றது. ஆங்கிலேயப் படைகளை குவாலியரிலிருந்து பின்வாங்க வைத்ததில் இவரது பங்கு முக்கியமானது. ஜான்சி ராணி லட்சுமி பாய்க்கு உறுதுணையாக இருந்து குவாலியரைக் கைப்பற்ற உதவினார்.

தாத்யா டோபே அவர்கள் தனது வாழ்நாளில், ஆங்கிலேயருக்கு எதிராகச் சற்றேறக்குறைய 150 போர்களில் ஈடுபட்டுள்ளார். அதன்மூலம் குறைந்தது 10,000 பிரிட்டிஷ் சிப்பாய்களைக் கொன்றிருக்கிறார்.

1858, ஜூன் 19ல் அவரது துருப்புக்கள் சிதறடிக்கப்பட்டாலும் தனியொரு ஆளாகக் காடுகளில் மறைந்து வாழ்ந்து கொரில்லா சண்டையில் ஆங்கிலேயர்களை அழித்தார். அரண்டுபோன ஆங்கிலேயர்களுக்கு, தாத்யா டோபேபை அழித்தால்தான் நிம்மதியாக இருக்கமுடியும் என்பதைத் தவிர வேறு வழி தெரியவில்லை. இறுதியில் பிரிட்டிஷாரால் சிறைபிடிக்கப்பட்ட அவர் கை கால்களில் விலங்குப் பூட்டப்பட்ட நிலையிலேயே வைக்கப்பட்டிருந்தார். அந்த அளவிற்கு அவர்மேல் பயம் இருந்தது.

45 வயதே ஆன தாத்யா டோபேவை 8 ஏப்ரல் 1859ம் ஆண்டு மத்தியப் பிரதேச மாநிலம் சிவ்புரியில் தூக்கிலிட முடிவு செய்தனர். தூக்கு மேடையில் தாம் மன்னிப்பு கேட்கப் போவதில்லை என்று கூறி விலங்கிடப்பட்ட கைகால்களோடு கயிற்றைத் தனது கழுத்தில் மாட்டிக்கொண்டார்.

47

குல்சாரிலால் நந்தா

பிரதமராக இருந்த பண்டிட் ஜவாஹர்லால் நேருவின் மறைவையடுத்தும்(27 மே, 1964 - 09 ஜூன்,1964) அதன்பிறகு பிரதமராக இருந்த லால் பகதூர் சாஸ்திரியின் திடீர் மறைவையடுத்தும் இந்தியாவின் தற்காலிகப் பிரதமராக (11 ஜனவரி,1966 - 22 ஜனவரி 1966) தலா 13 நாட்கள் பதவி வகித்தவர் குல்சாரி லால் நந்தா.

தற்போது பாகிஸ்தானில் இருக்கும் சிலால்கோட் நகரத்தில் 1898ம் ஆண்டு பிறந்த குல்சாரி லால் நந்தா,

லாகூர், அம்ரித்ஸர், ஆக்ரா மற்றும் அலகாபாத் நகரங்களில் கல்வி கற்றார்.

பல்வேறு நகரங்களில் படிப்பிற்காக வாழ்ந்து கொண்டிருந்த சமயத்தில் 1921ம் ஆண்டு அகமதாபாத்தில் குடும்பத்துடன் வசிக்குமாறு மஹாத்மா காந்தி இவரிடம் வேண்டுகோள் வைத்தார். அதன்பின் உடனடியாக அகமதாபாத்தில் குடியேறி வசிக்கலானார். அலகாபாத் பல்கலைக்கழகத்தில் தொழிலாளர் பிரச்சினைகளைப் பற்றிய ஆய்வு மாணவராக இருந்துள்ளார்.

காந்தியடிகள் தொடங்கிய ஒத்துழையாமை போராட்டத்தில் பங்கேற்ற நந்தா, பழுத்த காந்தியவாதியாக மாறிவிட்டார். அதன்பின் நடந்த அனைத்து விடுதலைப் போராட்டங்களிலும் பங்கேற்றார். 1932ம் ஆண்டு தனிநபர் சத்தியாகிரகப் போராட்டத்திலும் 1942ம் ஆண்டு வெள்ளையனே வெளியேறு போராட்டத்திலும் தீவிரப் பங்கேற்பாளராக இருந்ததால் ஆங்கிலேய அரசால் கைது செய்யப்பட்டு சிறைத் தண்டனை அனுபவித்தார்.

இந்திய விடுதலைக்குப்பின் 1957ம் ஆண்டு நடைபெற்ற பாராளுமன்றத் தேர்தலில் வெற்றி பெற்று உறுப்பினர் ஆனார். அவருக்கு அமைச்சரவையில் இடம் அளிக்கப்பட்டது. தொழிலாளர் நலம், வேலைவாய்ப்பு மற்றும் திட்டம் வகுத்தல் துறையின் அமைச்சராகச் சிறப்புடன் செயல்பட்டார். பின்னர் திட்டக்கமிஷன் தொடங்கியபோது அதன் தலைவராகவும் நியமிக்கப்பட்டார்.

1962ம் ஆண்டு தேர்தலிலும் வெற்றிபெற்று அமைச்சரவையில் தொழிலாளர் நலத்துறை அமைச்சராகவும் பின்னர் உள்துறை அமைச்சராகவும் இருந்துள்ளார்.1967 மற்றும் 1971ம் ஆண்டு நடைபெற்ற தேர்தலிலும் வென்று பாராளுமன்ற உறுப்பினராக ஆன குல்சாரிலால் நந்தாவுக்கு அப்போதைய காங்கிரஸ் கட்சியின் செயல்பாடுகள் அறவே பிடிக்கவில்லை.

கொள்கை பிடிமானமுள்ள குல்சாரி லால் நந்தா 1971 தேர்தலில் வெற்றி பெற்றதும் தனது பதவியைக் கட்சியின் எதேச்சாதிகாரப் போக்கைக் காரணம் காட்டி இராஜினாமா செய்துவிட்டார்.

அதன்பிறகு அரசியலிலிருந்து விலகி மகாத்மா காந்தி கை காட்டிய அகமதாபாத்தில் வசித்துவந்த குல்சாரி லால் நந்தா, 15 ஜனவரி 1998ம் ஆண்டு தனது 99வது வயதில் மறைந்தார்.

நல்லவேளையாக 1997ம் ஆண்டு அவர் உயிரோடு இருக்கும்போதே அவரது அருமை பெருமையை மத்திய அரசு உணர்ந்து பாரத்ரத்னா விருது வழங்கியது.எளிய காந்திய வாழ்க்கையையே இறுதிவரை வாழ்ந்தவர் திரு நந்தா.

ஒருமுறை அவரது பேரன் அரசுக்குச் சொந்தமான ஆவணங்கள் அடங்கிய கோப்பு காகிதங்களில் ஒரேயொரு காலி காகிதத்தை எடுத்து படம் வரைந்துவிட்டான். அதனால் பெரும் கோபமுற்று பேரனைக் கடிந்துகொண்டு உடனே கடைக்குப் புறப்பட்ட திரு நந்தா, புதிதாக வாங்கி வந்த தாளை அரசாங்க கோப்பில் சேர்த்தார்.

1998ம் ஆண்டு அவர் இறந்தபோது 19ம் நூற்றாண்டில் பிறந்து, பல்வேறு அரசு நிர்வாகங்களிலும் விடுதலைப் போராட்டங்களிலும் பங்கேற்றவர் என்ற பெருமை கொண்டவர் திரு குல்சாரி லால் நந்தா.

48

கோரா

ஒரிஸா மாநிலம் சத்தர்பூரில் 1902ம் ஆண்டு நவம்பர் மாதம் 15ம் தேதி ஒரு பிராமணக் குடும்பத்தில் பிறந்தார் கோபராஜு ராமச்சந்திர ராவ்.

சென்னை பிரெஸிடென்சி கல்லூரியில் தாவரவியலில் முதுகலை பட்டம் பெற்று, தாவரவியல் ஆசிரியராக கோயம்புத்தூர், மதுரை, கொழும்பு காக்கிநாடா ஆகிய நகரங்களில் பணியாற்றினார். அக்கால வழக்கப்படி 10 வயதே நிரம்பிய சரஸ்வதி என்ற பெண்ணை 1922ம் ஆண்டு மணந்தார்.

கோபராஜூ ராமச்சந்திர ராவின் சுருக்கமான பெயர் கோரா. பிராமணக் குடும்பத்தில் பிறந்தாலும் கோரா ஒரு நாத்திகர். தனது நாத்திக கொள்கை பரப்புரையை 1920ம் ஆண்டிலேயே தொடங்கிவிட்டார். தன் மனைவியுடன் சேர்ந்து மூடநம்பிக்கைகளைப் பற்றிய பலவிதமான விழிப்புணர்வு செயல்பாடுகளைச் செய்தார். அதாவது, இன்றிலிருந்து நூறு வருடங்களுக்குமுன் எண்ணற்ற மூடநம்பிக்கைகள் இந்தியச் சமூகத்தில் இருந்தன. அவற்றைப் பொய்ப்பித்துக் காட்ட விரும்பினார்.

1) சூரியகிரகணத்தின்போது கருவுற்ற பெண்கள் வெளியே வரக்கூடாது என்பது பொதுவான கருத்து. ஆனால், கோராவும் அவரது மனைவி சரஸ்வதியும் அன்றையதினம் சூரிய கிரகணத்தை வெளியே நின்று பார்த்தனர்.

2) கைவிடப்பட்ட பேய் பங்களாவிற்குள் சென்று தங்கினால் பேய் நம்மைக் கொன்றுவிடும். ஆனால் கோரா தனது மனைவியோடு அந்தக் கட்டடங்களில் இரவு தங்கி காலை திரும்பினர்.

3) ஒவ்வொரு பௌர்ணமி அன்றும் பல்வேறு ஜாதி, மத, இனங்களைச் சேர்ந்த மக்களோடு இரவு உணவு உண்ணும் வழக்கத்தை ஏற்படுத்திப் பின்பற்றி வந்தார்.

எந்த ஒரு கிராமத்திலிருந்து கோராவின் கூட்டத்திற்கு அழைப்பு வந்தாலும், அந்தக் கூட்டத்தைத் தாழ்த்தப்பட்டவர்கள் வசிக்கும் பகுதியில் நடத்துமாறு அறிவுறுத்தினார். எண்ணற்ற கலப்பு ஜாதி திருமணங்களையும், கலப்பு மதத் திருமணங்களையும் முன்னின்று நடத்தி வைத்தார் கோரா. அவரது சொந்த மகனையும் மகளையும் வேற்று ஜாதியைச் சேர்ந்தவர்களுக்கே மணம் முடித்து கொடுத்தார்.

1933ம் ஆண்டு தன் இறை மறுப்பு கொள்கைகளுக்காக அவர் பணிபுரிந்த காக்கிநாடா கல்லூரியிலிருந்து நீக்கப்பட்டார்.

அதன்பிறகு மசூலிப்பட்டனத்தில் அவர் பணிபுரிந்த கல்லூரியிலிருந்தும் அதே காரணங்களுக்காக வேலை நீக்கம் செய்யப்பட்டார். 1940ம் ஆண்டு இறைமறுப்பு மையம் ஒன்றை கிருஷ்ணா மாவட்டத்தில் இருக்கும் கிராமத்தில் தொடங்கி தனது நாத்திக கொள்கைகளைச் செயல்படுத்தினார். இந்திய விடுதலைக்குப்பின் அந்த மையம் விஜயவாடாவிற்கு மாற்றப்பட்டது.

1941ம் ஆண்டு 'நாத்திகம்: கடவுள் இல்லை' என்ற பொருள்படும் 'நாஸ்திகட்வமு: தேவுடு லேது' என்ற பெயரில் தனது முதல் புத்தகத்தை தெலுங்கு மொழியில் வெளியிட்டார்.

இந்திய விடுதலைப் போராட்டத்தின் முக்கிய கண்ணியான வெள்ளையனே வெளியேறு இயக்கத்தில் தனது மனைவி மற்றும் 18 மாத மகனுடன் கலந்துகொண்டார். அதனால் அவர்கள் அனைவரும் சிறைத்தண்டனை பெற்றனர்.

கோரா, மகாத்மா காந்தியுடன் நாத்திகம் சம்பந்தமாகப் பல்வேறு உரையாடல்களை நிகழ்த்தியுள்ளார். அவை அனைத்தும் தொகுக்கப்பட்டு An Atheist with Gandhi என்ற பெயரில் புத்தகமாக வெளியானது.

1952ம் ஆண்டு கட்சிகளற்ற ஒரு ஜனநாயக ஆட்சியை இந்தியாவில் நிறுவுவதற்கான முயற்சியில் ஈடுபட்டார் கோரா. அதனை நடைமுறை படுத்தவே பாராளுமன்றத் தேர்தலில் களம் இறங்கினார்.

உலகில் பல்வேறு நாடுகளில் நடைபெற்ற நாத்திக மாநாடுகளில் பங்கேற்று தனது கருத்துக்களை முன்வைத்தார். அவரது மாநாடு அனுபவங்களின் கட்டுரைகள் அடங்கிய புத்தகமான Positive Atheism என்ற பெயரில் வெளியிடப்பட்டது.

15 ஆகஸ்ட் 1972ம் ஆண்டு பன்றி மற்றும் மாட்டுக்கறி விருந்திற்கு ஏற்பாடு செய்தார் கோரா. இந்திய விடுதலையின் 25ம் ஆண்டு கொண்டாட்டத்தின் போது இவ்வாறு நிகழ்ச்சி நடத்தப்படுவதற்குப் பல்வேறு தரப்பிலிருந்தும் எதிர்ப்புகள் கிளம்பின. செய்தி பிரதமர் இந்திரா காந்தியை எட்டியது. வியப்பூட்டும்விதமாக அவரது உத்தரவின்படி அந்த விருந்திற்கு அரசு சார்பில் பாதுகாப்பு வழங்கப்பட்டது. அந்த விருந்தில் இந்து முஸ்லிம் கிறித்தவர் என அனைவரும் பங்கேற்றனர்.

அதன்பின் ஆந்திராவின் வெவ்வேறு நகரங்களிலும் இந்த உணவுத் திருவிழா நடந்தது. கோயம்புத்தூரில் நடைபெற்ற விழாவில் தந்தை பெரியாரும் கோராவும் பங்கேற்றனர்.

அவரது சுயசரிதையை எழுதி முடித்த சில நாட்களில் ஜூலை 26, 1975ம் ஆண்டு இம்மண்ணிலிருந்து மறைந்தார், கோரா எனப்படும் கோபராஜு ராமச்சந்திர ராவ்.

49

ஜூலேலால் சாஹிப்

தற்போதைய பாகிஸ்தானில் இருக்கும் சிந்து பகுதியில் வாழ்ந்த இந்துக்களால் கடவுளின் அவதாரமாகக் கருதப்படுபவர் ஜூலேலால். சிந்தி இன மக்களின் குல தெய்வம் என்றும் அவரைச் சொல்லலாம்.

ராஜா தாஹர் என்பவர் சிந்து பகுதியை ஆண்ட இந்து மன்னர். சிந்து மீது படையெடுத்து வென்றார் முகமது பின் காசிம். அதன்பின் சிந்து முழுவதும் கலீஃபாக்களின் கட்டுப்பாட்டிற்குள் வந்து அவர்களது பிரதிநிதிகள் ஆட்சி புரியத் தொடங்கினர்.

அந்தப் பிரதிநிதி ஆட்சியாளர்கள் வாள் முனையில் சிந்து நாட்டிலிருந்த இந்துக்களை இஸ்லாமிற்கு மதமாற்றம் செய்து வந்தனர். அவர்களது ஆட்சிக்குப் பிறகு தந்திரமாக அரியணை ஏறியவர் மிர்க் ஷா.

"நீ இறந்த பிறகு சுவர்க்கத்திற்குச் சென்று உல்லாசமாக வாழ வேண்டுமென்றால் இந்துக்களை இஸ்லாமியர்களாக மாற்று" என்று மிர்க் ஷாவிற்கு ஆலோசனைத் தரப்பட்டது

ஆர்வமுற்ற மிர்க் ஷா, தனது தளபதிகளுக்கு உடனே உத்தரவிட்டார். "இந்துக்களிடம் அறிவியுங்கள். இஸ்லாத்திற்கு மாறுங்கள்; மறுத்தால் மரணத்தைச் சந்திப்பதற்குத் தயாராக இருக்கச் சொல்லுங்கள்."

சிந்து பகுதி இந்துக்கள் அனைவரும் பகவான் கிருஷ்ணரிடம் வேண்டினர். "எப்போதெல்லாம் அநீதி கட்டுக்கடங்காமல் செல்கிறதோ; அப்போது நான் அவதரிப்பேன் என்று கீதையில் கூறினாயே! இப்போது அவதரிப்பாயாக" என்று வேண்டினர்.

சிந்து நதிக்கரையில் அனைவரும் கூடினர். வீட்டிற்குக்கூடச் செல்லாமல் 40 நாட்களுக்குத் தொடர் ஆராதனை நடந்தது. அதே உடையை அலசி அணிந்துகொண்டு சவரம்கூட செய்யாமல் குறைவான உணவு உண்டு பகவான் கிருஷ்ணரிடம் பிரார்த்தனை செய்தனர். சரியாக 40வது நாள் வானில் ஓர் அசரீரி கேட்டது.

"நம்பிக்கை இழக்காதீர்கள். நான் வருகிறேன். நாஸர்பூரில் வசிக்கும் தேவகிக்கு மகனாகப் பிறப்பேன். உங்களை மிர்க் ஷாவின் எதேச்சாதிகாரத்திலிருந்து மீட்கிறேன்" என்று அசரீரி கூறியது.

அனைவரும் ஒருசேர நன்றி தெரிவித்தனர். அந்த நாளை நன்றி தெரிவிக்கும் நாளாக இன்றளவும் சிந்தி இன மக்கள் விழாவாகக் கொண்டாடி வருகின்றனர்.

அசரீரி செய்தியைக் கேட்ட மிர்க் ஷா நகைத்தான். "கடவுள் இம்மண்ணில் பிறக்கப்போகிறாரா? எப்படி நடக்கும்? நான் காத்திருந்து அந்த அவதாரத்தைப் பார்க்கிறேன்" என்றான்.

மூன்று மாதங்கள் கழித்து தேவகி கருவுற்றாள். செய்தி சிந்து மக்களிடையே பரவியதும் கொண்டாடி மகிழ்ந்தனர். சிந்து நதிக்கரையில் நடந்த பிரார்த்தனையின் காரணமாக அவதரித்ததால் வருண பகவானின் அம்சமாக இருக்கக்கூடும்

என்று நம்பினர். குழந்தை பிறந்தது. அதனைத் தொட்டிலில் இட்டதும், யாரும் ஆட்டாமலே ஊஞ்சல் போல் ஆடிக்கொண்டே இருந்தது. ஜூலா என்றால் ஊஞ்சல்.

ஆகவேதான் குழந்தைக்கு ஜூலே லால் என்ற பெயர் வைக்கப்பட்டது. அந்தக் கடவுள் அவதாரம் எப்படி இருக்கிறது என்று பார்த்து வாருங்கள் என்று மிர்க்ஷா கட்டளையிட்டான். அவர்கள் வந்து பார்த்தபோது தங்கள் கண்களை அவர்களால் நம்ப முடியவில்லை. ஜூலே லாலின் உருவம் மாறிக்கொண்டே இருந்தது.

இளமையான போர்வீரன், முதியவர், குழந்தை, மீனாக மாறி சிந்து நதிக்குள் புகுந்து, மீண்டு வந்து யோகியைப்போல் பேச ஆரம்பித்தது. இப்படி உருவங்கள் மாறிக்கொண்டே இருந்தன. அதனைக் கேள்வியுற்ற மிர்க் ஷா அதிசய குழந்தை ஜூலே லாலை நேரில் வந்து சந்திக்க முடிவெடுத்தான்.

இந்துக்களுக்கும் இஸ்லாமியர்களுக்கும் அடிப்படையில் ஒரே கடவுள்தான் என்று இந்து வேத உபநிடதத்தையும் குரானையும் மேற்கோள்காட்டி விளக்கினார், ரிஷி உருவம் பெற்ற ஜூலேலால். ஆச்சரியமடைந்த மிர்க்ஷா உடனே சுதாரித்து ஜூலே லாலைக் கைது செய்து சிறையில் அடைக்க உத்தரவிட்டான்.

காவலர்கள் வந்து கைது செய்வதற்குள் மிர்க்ஷாவின் அரண்மனை வெள்ளத்தால் சூழப்பட்டு மூழ்கியது. உடனே மிர்க் ஷாவின் மனம் திருந்தியது. ஜூலே லாலின் கைது ஆணை திரும்பப் பெறப்பட்டது. ஜூலிலாலிடம் மன்னிப்பு கோரினான் மிர்க் ஷா.

இந்த சம்பவத்திற்குப்பிறகு சிந்து பிரதேசத்தில் இந்து இஸ்லாம் இடையே இருந்த பிணக்கும் கசப்புணர்வும் விலகின.

இன்றும் பாகிஸ்தானின் சிந்து பகுதியில் சாங்ஹர் மாவட்டத்தில் உள்ள ஜூலேலால் கோவிலுக்கு சிந்தி இன இந்துக்களும் முஸ்லிம்களும் இணைந்தே வழிபாடு செய்து வருகின்றனர்.

50

டாக்டர் எல்லப்பிரகதா சுப்பாராவ்

எத்தனையோ விஞ்ஞானிகள், புரட்சியாளர்கள், போராட்டக்காரர்கள், சீர்திருத்தவாதிகள் பற்றி நாம் படித்திருப்போம்.சிறியகண்டுபிடிப்புகளுக்கே அவர்களை நினைவுகூர்ந்து கொண்டாடியும் இருப்போம். ஆனால் இதைப் படித்து முடிக்கும் தறுவாயில் இவரைப்பற்றி இத்தனை வருடங்கள் நாம் தெரிந்துகொள்ளவில்லையே என்று நிச்சயம் ஆச்சரியப்படுவீர்கள்.

பாராட்டுகள், புகழுரைகள், நினைவு பதக்கங்கள், அங்கீகாரங்கள் எதுவும் தேவையில்லை என்று

ஒதுக்கிவிட்டு மாபெரும் சாதனைகளை ஒருவர் புரிந்தாலும் வரலாறு அவரை ஒருபோதும் மறக்காது. அப்படிப்பட்ட ஒருவர்தான் டாக்டர். எல்லப்பிரகதா சுப்பாராவ்.

நாம் வாழ்வதற்காகவே அவர் வாழ்ந்தார் என்று அவரைப் பலரும் புகழ்வர். ஆம். மிகவும் அத்தியாவசியமான மருந்துகளைக் கண்டுபிடித்து 20ம் நூற்றாண்டின் பெருமளவு மனித மரணங்களைத் தடுத்தவை அவரது மருந்துகள் என்றால் அது மிகையாகாது.

ஆந்திர மாநிலம், பீமாவரத்தில் 1895ம் ஆண்டு ஜனவரி 12ல் பிறந்தவர் எல்லப்பிரகதா. சிறு வயதிலேயே அவரது உறவினர்கள் பலர் அடுத்தடுத்து மரணமடைந்ததால் பெரும் மன உளைச்சலுக்கு ஆளானார். அதனால் படிப்பைத் தொடர முடியாமல் வாழை வியாபாரம் செய்யத் தொடங்கினார். ஆனால் அவரது அம்மா தனது நகைகளை விற்றுப் படிப்பைத் தொடருமாறு அவரை சென்னைக்கு அனுப்பிவைத்தார்.

இந்து மேல்நிலைப்பள்ளி, பிரெசிடென்சி கல்லூரியில் படித்து பின்னர் மருத்துவப் படிப்பை சென்னை மருத்துவக் கல்லூரியில் தொடர்ந்தார். காந்திய அறவழி போராட்டங்களில் மிகுந்த ஆர்வம் கொண்டிருந்த அவர் கதராடை அணிந்து கல்லூரிக்குச் செல்லத் தொடங்கினார். அதனால் கடும் சினமுற்றார் எம்.சி. பிராட்ஃபீல்ட் எனும் அறுவைச்சிகிச்சை பேராசிரியர். அந்தச் சினம் வேறு வடிவில் எல்லப்பிரகதா மீது பாய்ந்தது.

1921ல் அவருக்கு எம்.பி.பி.எஸ். என்ற மருத்துவ பட்டம் அளிக்காமல் எல்.எம்.எஸ். என்ற லைசென்ஸ் மட்டும் வழங்கப்பட்டது. அதனை வைத்துக்கொண்டு மருத்துவம் பார்க்க முடியாது. ஆகவே, சில மாதங்கள் ஆயுர்வேதக் கல்லூரி ஒன்றில் உடலியங்கியல் துறை விரிவுரையாளராகப் பணியாற்றினார்.

பின்னர் அவருடைய மாமனாரின் உதவியுடன் அமெரிக்காவிற்கு மேற்படிப்பிற்காகச் சென்றார். ஹார்வர்டு மருத்துவப் பள்ளியில் டிப்ளமோ மற்றும் முனைவர் பட்டப்படிப்பை முடித்தார் எல்லப்பிரகதா. அந்தச் சமயத்தில் அவருக்கு ஆண் குழந்தை ஒன்று பிறந்து 8 மாதங்களில் நோயுற்று மரணமடைந்து விட்டது.

டாக்டர் எல்லப்பிரகதாவின் ஆராய்ச்சிகள் கண்டுபிடிப்புகள் யாவும் அதன் பின்னரே படிப்படியாக நடந்தன. 1925ம் ஆண்டு,

சைரஸ் ஃபிஸ்கே என்பவருடன் இணைந்து இரத்தத்திலும் திசுக்களிலும் காணப்படும் பாஸ்பரஸ் என்னும் மீதாதுவை அளவிடும் முறையினை அவர் கண்டறிந்தார். இந்த முறை அவர்களது பெயராலே ஃபிஸ்கே - சுப்பாராவ் முறை என்று அழைக்கப்பட்டது.

நமது உடல் திசுக்களுக்கு ஆற்றலைத் தரக்கூடிய உயிர் வேதிப்பொருட்களான ஃபாஸ்போகிரியாடினின் மற்றும் அடினோசின் டிரைஃபாஸ்பேட் (ATP) ஆகியவற்றை முறையே 1927 மற்றும் 1929ம் ஆண்டு கண்டறிந்தார். 1930ம் ஆண்டு தனது முனைவர் பட்டத்தை உயிர்வேதியியல் துறையில் பெற்ற முதல் இந்தியர் ஆனார் டாக்டர் எல்லப்பிரகதா சுப்பாராவ்.

1940வரையிலும் ஆசிரியராகப் பணியாற்றியபின் 1942ல் லெடெர்லி ஆய்வகத்தில் ஆய்வு இயக்குநராகச் சேர்ந்தார். புதிய தொற்றெதிரியை (ஆன்டி பயாடிக்) கண்டுபிடிப்பதற்கான ஆய்வினைத் தொடங்கினார். அப்போது மொத்தம் நான்கு புதிய மருந்துகளைச் சத்துக்குறைபாடுகளுக்கும் தொற்றுநோய்களுக்கும் எதிராகக் கண்டுபிடித்து சாதனை புரிந்தார்.

அப்போது மிகப்பெரிய ஆய்வு ஒன்று அவரது தலைமையில் மேற்கொள்ளப்பட்டது. அது இரண்டாம் உலகப்போர் சமயம். அமெரிக்க வீரர்கள் உலகின் பல்வேறு நாடுகளில் போர் புரிந்துகொண்டிருந்தனர். அவர்களிடமிருந்து மாதிரிகள் சேகரிக்கப்பட்டு பூஞ்சைகள் வளர்க்கப்பட்டன. அவற்றிலிருந்து கண்டறியப்பட்ட சக்தி வாய்ந்த ஆன்டிபயாடிக்தான் ஆர்யோமைசின் எனும் டெட்ராசைக்ளின் வகை ஆன்டிபயாட்டிக். இது அலெக்சாண்டர் ஃபிளெமிங் கண்டறிந்த பெனிசிலினைவிடவும், வாக்ஸ்மேன் கண்டறிந்த ஸ்ட்ரெட்டோமைசினைவிடவும் பலமடங்கு வீரியமுடையது. அந்த டெட்ராசைக்ளின் வகை மருந்துதான் கோடிக்கணக்கான மனித உயிர்களைத் தொற்றிலிருந்து காப்பாற்றியது.

இந்தக்கண்டுபிடிப்பிற்கு இவரைப்பெருமைப்படுத்தும்விதமாகக் குறிப்பிட்ட பூஞ்சை வகைக்கு சுப்ரோமைஸிஸ் என்று பெயர் சூட்டப்பட்டது. மேலும் தான்சானியாவில் ஒருவகை பாயும் சிலந்திக்கு தான்சானியா எல்லப்பிரகதா எனவும் பெயரிடப்பட்டிருக்கிறது. ஆர்யோமைஸின் ஆய்வின்போது போனஸாக பாலிமிக்ஸின் என்னும் செல் உறை உருவாக்கத் தடுப்பானை (Cell membrane inhibitor) கண்டுபிடித்தார்.

அமெரிக்க ராணுவ வீரர்கள் பசிபிக் நாடுகளில் போரிடச்செல்லும்போது அங்கே பரவலாக ஏற்பட்ட தொற்றுநோய்களான மலேரியா மற்றும் யானைக்கால் வியாதியில் இருந்து தற்காத்துக்கொள்ள டாக்டர் எல்லப்பிரகதா சுப்பாராவால் கண்டுபிடிக்கப்பட்ட அதிசய மருந்துதான் DEC எனப்படும் Diethyl Carbamazine Citrate ஆகும். இந்த இருபத்தோராம் நூற்றாண்டில் யானைக்கால் வியாதி என்பது உலகிலிருந்து சுத்தமாக ஒழிக்கப்பட்டுள்ளது என்றால் அதற்குக் காரணம் DEC என்ற அந்த ஒற்றை மருந்துதான். தப்பித்தவறி ஓரிரு யானைக்கால் வியாதியஸ்தர் இருந்தால் அவருக்குப் பரிந்துரைக்கப்படும் ஒரே மருந்து எல்லப்பிரகதா கண்டுபிடித்த DECதான். உலகச் சுகாதார நிறுவனத்தின் இன்றியமையாத மருந்துகள் பட்டியலில் இது இருக்கிறது.

எல்லப்பிரகதா மற்றுமொரு மகத்தான கண்டுபிடிப்பிற்குக் காரணமாக இருந்திருக்கிறார். அது ஃபோலிக் அமிலம். விட்டமின் பி12 ஆய்விற்கு அடித்தளமிட்டு அதனைப் பிரித்தெடுக்கும் முயற்சியில் தோல்வியுற்றாலும் அந்த ஆய்வே ஃபோலிக் அமில கண்டுபிடிப்பிற்கு அடித்தளமாக இருந்தது. இந்த மருந்து இன்றளவும் பெண்களின் மகப்பேறு காலத்தில் பரிந்துரைக்கப்படுகிறது.

எல்லப்பிரகதாவின் மேற்பார்வையில் ஃபோலிக் அமில மூலக்கூற்றில் மாற்றங்கள் செய்து அமினோப்ட்ரின் என்னும் புற்றுநோய்க்கு எதிரான மருந்து கண்டறியப்பட்டது. இந்த அமினோப்ட்ரினை மேலும் மூலக்கூறு கட்டமைப்பு மாற்றங்கள் செய்து கண்டறியப்பட்டதுதான் மெத்தோட்ரெக்ஸேட் என்னும் அதிசய மருந்து. இன்றளவும் இது கேன்சர் மற்றும் முடக்குவாதத்திற்கு முதன்மை மருந்தாகப் பரிந்துரைக்கப்படுகிறது. இதன் காரணமாக Father of Chemotherapy என்று எல்லப்பிரகதா அழைக்கப்படுகிறார்.

1948, ஆகஸ்டு 8ம் தேதி தனது 53வது வயதில் தனது நியூயார்க் வீட்டில் தூக்கத்திலேயே உயிரிழந்தார் டாக்டர் எல்லப்பிரகதா சுப்பாராவ். 'One of the most eminent medical minds of the century' என்று நியூயார்க் ஹெரால்ட் இதழ் அவரைப் புகழ்ந்தது. 'A giant among pygmies' என்று ஒரு யூத வழக்கறிஞர் அவரைப்பற்றி எழுதினார். 'Wizard of Wonder drugs' என்றும் புகழப்பட்டார்.

புகழுக்காகத் தனது கண்டுபிடிப்புகளைக் காப்புரிமை செய்வதற்கான எவ்வித முயற்சிகளையும் அவர் எடுக்கவில்லை.

ஊடகங்களுக்குத் தெரிவிக்கவில்லை. கருத்தரங்கங்களுக்குச் சென்று பிரசங்கங்கள் செய்யவில்லை என்று காப்புரிமை அதிகாரி தெரிவித்தார்.

ஆரம்பத்தில் ஃபிஸ்கே என்று ஒருவரைப் பார்த்தோம் அல்லவா? அவர் எல்லப்பிரகதா மீது பெரும் பொறாமை கொண்டு அவரது ஆய்வு தரவுகளில் நிறைய முறைகேடுகள் செய்திருந்தாராம். அதாவது எல்லப்பிரகதா கண்டறிந்த சில ஆய்வு முடிவுகளைப் பயனற்றது என்று அவரை நம்பவைத்து குப்பைத்தொட்டியில் போட்டிருக்கிறார். சில வருடங்கள் கழித்து அதையே வேறு ஆய்வாளர்கள் புதிதாகக் கண்டுபிடித்ததுபோல் மாற்றினாராம். இந்த வாக்குமூலத்தை அளித்தது அவரது ஆய்வு நண்பரும், 1988ல் மருத்துவத்திற்கான நோபெல் பரிசு பெற்ற ஜார்ஜ் ஹிட்சிங்ஸ் ஆவார்.

1995ம் ஆண்டு அவரது பிறந்தநாள் நூற்றாண்டையொட்டி சிறப்பு தபால் தலையை வெளியிட்டது இந்திய அரசு. அவரது பூர்வீகமாக பீமாவரத்தில் ஒரு முக்கிய தெருவிற்கு டாக்டர் எல்லப்பிரகதா சுப்பாராவின் பெயர் சூட்டப்பட்டது.

பாரத ரத்னா விருது அவருக்கு வழங்கப்படவில்லை என்ற குறை இருந்தாலும் அவர் உண்மையிலேயே பாரதத் தேசத்தின் ரத்தினம்தான்.

***

இந்தியாவின் தபால்தலைகளில் பல சாதனையாளர்களின் முகங்களை நாம் பார்த்திருப்போம். ஆனால் யார் இவர்கள், இவர்கள் ஏன் தபால்தலைகளில் இடம்பெற்றார்கள் என்று யோசித்திருக்க மாட்டோம்.

தபால்தலை சாதனையாளர்களின் வாழ்க்கைக் குறிப்பைச் சுருக்கமாகப் பதிவு செய்யும் புத்தகம் இது. எத்தனையோ வீரர்கள் இந்திய சுதந்திரப் போராட்டத்தில் பங்கேற்று, எத்தனையோ வழிகளில் பங்களித்து, நம் பாரத மண்ணைக் காக்க எப்படியெல்லாம் போராடினார்கள் என்பதை இந்தப் புத்தகம் உணர்த்தும். ஒரு தபால்தலைக்குப் பின்னால் இத்தனை வரலாறா என்று ஆச்சரியத்தை ஏற்படுத்துகிறார் நூலாசிரியர் காமராஜ் மணி.

இந்திய சுதந்திரப் போராட்டம் இரண்டு வழிகளை முதன்மையாகக் கொண்டிருந்தது. ஒன்று, அமைதி வழியிலான அஹிம்சைப் போராட்டம். இன்னொன்று, ஆயுதப் போராட்டம்.

சரியாகச் சொல்லவேண்டுமென்றால், பிரிட்டிஷ் அரசு இந்தியாவுக்குச் சுதந்திரம் அளிக்க முடிவெடுக்க முக்கியக் காரணங்களுள் ஒன்று, இந்தியாவில் தீவிரமாகிக் கொண்டிருந்த ஆயுதப் போராட்டமும்தான் எனலாம். ஆனால் அஹிம்சைப் போராட்டம் இங்கு பேசப்பட்ட அளவுக்கு ஆயுதப் போராட்டம் பேசப்படவில்லை. காந்திஜியின் மக்கள் செல்வாக்கும், அரசியல்ரீதியான வெற்றியும் இதற்குக் காரணம் என்றாலும், அவை மட்டுமே காரணம் அல்ல.

1947 ஆகஸ்ட் 14, 15. முறையே பாகிஸ்தானுக்கும் இந்தியாவுக்கும் சுதந்திரம் கிடைத்த நாள்கள். இந்தியாவின் சுதந்திரம், பல நூறு ஆண்டுகளாக ஆங்கிலேய ஆதிக்கத்தை எதிர்த்துப் போராடிய பலரது தியாகத்தால் கிடைத்தது. ஆனால் பாகிஸ்தானின் சுதந்திரம், இந்தியப் பிரிவினை என்ற பெயரில் லட்சக்கணக்கான நம் சொந்த மக்களின் உயிர்ப்பலிகளின் மேல் கட்டி எழுப்பப்பட்டது.

எதற்காக இந்தப் பிரிவினை? இதனால் மக்களுக்கு ஏதேனும் நன்மை ஏற்பட்டதா? இது அரசியல் தீர்வா அல்லது மக்களையும் மதத்தையும் பகடைக்காய்களாக வைத்து நடத்தப்பட்ட விளையாட்டா? இந்தப் பிரிவினையை காந்திஜியும் மற்ற தலைவர்களும் எப்படி எதிர்கொண்டார்கள்? ஜின்னாவின் நோக்கம் என்ன?

ரூபாய்
240

இந்திய அறிவியல் அறிஞர்களையும், அவர்களின் அறிவியல் பார்வையையும், கண்டுபிடிப்புகளையும் உத்ரா துரைராஜன் எளிய தமிழில் இந்தப் புத்தகத்தில் அறிமுகப்படுத்தி இருக்கிறார். இத்தனை சாதனைகளை நாம் செய்திருக்கிறோமா என்று வாசகரை அசர வைக்கும் புத்தகம் இது.

பாடப்புத்தகத்திற்கு அப்பால் அறிவியல் பற்றிப் பேசும் இந்த நூல், மாணவர்களுக்கும் பெற்றோர்களுக்கும், ஏன் ஆசிரியர்களுக்கும் கூட ஒரு வரப்பிரசாதம்.

இந்தப் புத்தகத்தைப் படிப்பதன் மூலம் நாம் நம் வரலாற்றைத் தெரிந்து கொள்வதோடு, புதிய வரலாற்றைப் படைக்கவும் முடியும்.

www.ingramcontent.com/pod-product-compliance
Lightning Source LLC
LaVergne TN
LVHW090411051026
849518LV00006B/2309

* 9 7 8 8 1 9 8 2 0 7 9 8 2 *